भटकंती .... नव्या वळणावरची !! (पर्व चौथे)

विनित राजाराम धनावडे

ISBN 979-888530508-2

अनुक्रमणिका

1. भटकंती .... नव्या वळणावरची !!   1

1

भटकंती .... नव्या वळणावरची !!

" काय गं .... कुठे लक्ष आहे तुझे.... कधी पासून हाका मारतो आहे मी. " आकाश सुप्रीला मोठ्याने आवाज देतं होता. सुप्री भानावर आली. " कुठे हरवलात मॅडम..... " आकाश सुप्री जवळ आला. सुप्रीने हलकीशी smile दिली. आणि समोर बघायला सांगितलं आकाशला. सूर्यास्त !! सुप्री तेच बघत होती कधीची. आताही , तिची नजर त्याकडेच गेली पुन्हा. आकाश हलक्या पावलांनी हळूच मागे चालत गेला. योग्य अंतरावर पोहोचला. सुप्रीकडे कौतुकाने पाहत होता. छान , मंद वारा सुटला होता. सुप्रीने हळूच मागे वळून पाहिलं. तोच क्षण !! आकाशने पटकन तो क्षण त्याच्या कॅमेरात कैद केला. सुप्रीने जवळ जाऊन तो फोटो बघितला.

सुप्री मागे वळून पाहत होती. काही केस वाऱ्याने चेहऱ्यावर आलेले. मागे सूर्यास्त. त्याचा नारंगी , सुवर्णमयी प्रकाश सुप्रीच्या केसांवर , पाठमोऱ्या शरीरावर. चेहऱ्यावर प्रसन्न भाव , हलकेसे हास्य. दूरवर अस्पष्ट पक्षांचे आकार आणि काहीसे ... कापूस पिंजल्या सारखे ढग..

किती सुंदर फोटो होता तो... बोलायचे झाले तर Amazing !!! आकाशनेच असे क्लिक करावेत. सुप्री कधीचा तो फोटो बघत होती. निरखून अगदी. तिचेच किती फोटो काढले होते आकाशने. सुप्रीनेच ते एका लॅपटॉप मध्ये भरून ठेवले होते. आकाशचाच तो लॅपटॉप. त्यानेच सुप्रीला दिला होता. त्यात त्याने क्लीक केलेले सर्व फोटो असायचे. खास करून सुप्रीचे काढलेले फोटो , त्यासाठी एक वेगळी जागा

होती त्यात. सुप्रीने तो फोटो बघत कॉफीचा एक घोट घेतला. आज ती पुन्हा त्या कॅफे मध्ये आलेली. आकाशची आवडती जागा. शहरामधील.... त्यांच्या ठरलेल्या जागीच ती बसली होती.

आकाश !! कसा आहे ना तो .... पाखरा सारखा... हे असे फोटो बघितले कि हमखास आठवण येते त्याची. त्याला मोकळे सोडणे , हा आपलाच निर्णय होता ना.. चार वर्ष होतील आता येणाऱ्या पावसात. एकदाही फिरकला नाही शहरात. अर्थात माझी आठवण तर असेल त्याला. बोलला हि होता तसंच , कधी विसरणार नाही... कुठे असेल ना तो या वेळेस. विचार करता करता सुप्रीचे लक्ष वर आभाळात गेलं. मोकळं होते आभाळ. त्यात संध्याकाळची वेळ. पावसाला अजून वेळ आहे... दीड महिना तरी.. आणि गावात यायला साधारण एक महिन्याचा अवधी. पावसासारखा होता आकाश.... आहे. एकदा तरी ये ... तुझं आभाळ घेऊन ये .... शहरात... माझ्या आयुष्यात !! सुप्री कॉफी घेत मनात बोलत होती. पुन्हा त्या फोटो कडे नजर गेली. डोळ्यावरचा चष्मा सावरला तिने. लॅपटॉप बंद केला. तिथे असलेलं स्वतःचे सामान आवरले. मागे वळून काही राहिले आहे का ते पाहिलं. पुढे निघाली. पुन्हा थांबून वळून पाहिलं. काही सामान तर राहील नव्हते. आठवणी तेवढ्या रेंगाळत होत्या मागे त्याजागी. सुप्रीच्या ओठांवर थोडंसं हसू आले. चष्मा पुन्हा बोटांनी सावरला. निघून गेली तिच्या वाटेने घरी.

==

आकाश- सुप्री !! शेवटची भेट ४ वर्षांपूर्वी. चार वर्ष झाली त्याच्या भेटीला, त्या पावसात, प्रवासात... त्यानंतर कुठे भटकत होता आकाश, हे त्यालाच माहित. त्या चार वर्षात खूप काही बदललं. संजनाचे लग्न ठरलेले. तेही गावाला. त्यामुळे गेले काही महिने ती तिच्या गावाला राहायला गेलेली. सुप्री तशी एकटी पडलेली. बोलायला कोणी नसायचे सोबत. संजना कधी कधी करायची फोन. तेव्हडेच... तिचे हसू तर आकाश सोबतच निघून गेलेलं जणू . तरी आकाशला तिने प्रॉमिस केलेलं ना... आकाशच्या घरी जायची ती वरचेवर. आजही ती तिथेच निघालेली.

" Hi सुप्रिया.... ये .. ये ... " आकाशच्या आईने दरवाजा उघडला.

" कश्या आहात आई... " सुप्रीने विचारलं.

" आधी आत तर ये.. काय घेणार ... चहा , कॉफी... " ,

" नाही नको आई... कॉफी घेऊनच आले. तुम्हाला भेटायला आले. " ,

" हो , मलाच भेटणार ना .... आकाश नाही आहे इथे... " आई पट्कन बोलून गेल्या. चेहरा पडला आईंचा.

" असो ... चल गॅलरीत बसू... ते आकाशने गुलाबाचे रोपटे लावले होते ना , आज सकाळीच त्याला कसे सुंदर फुल आले आहे बघ ... चल ... " दोघी गॅलरीत आल्या. त्या फुलाकडे पाहू लागल्या.

" आठवण येतं नाही का तुला आकाशची.... " आईने अचानक सुप्रीला विचारलं. अपेक्षित प्रश्न तरी अनपेक्षित वेळी....

" येते ... अशी सहजच त्याची आठवण येते.... त्यात त्याने काढलेले फोटो आहेत ना , आठवण आली कि बघत बसते फोटो... " सुप्रीने उगाचच smile दिली.

" सॉरी सुप्रिया ... मला माहित आहे तुला कसे वाटतं असेल ते... पण तुमच्या दोघांचा निर्णय होता ना तो .... मलाही विचारलं नाही जाताना त्याने... तसही त्याला आधी कधी अडवलं नाही आणि तो थांबला हि नाही कधी... आता परिस्थिती जरा वेगळी आहे ना... आधी कसे ... भटकायला गेला कि यायचा घरी काही दिवसांनी... चार वर्ष होतं आली आता... फक्त पत्र काय ती येतात त्याची... आता तर गेल्या ५ महिन्यात एकही पत्र आले नाही त्याचे. तो फिरतो , रमतो निसर्गात... ठाऊक आहे सगळे..... तरी ... मी आई आहे ना... काळजी वाटते... " जरा त्यांच्या डोळ्याच्या कडा ओलावल्या. सुप्रीने त्यांच्या खांदयावर हात ठेवला.

" असाच आहे ना तो लहानपणापासून.... " आईंनी डोळे पुसले.

" हो गं ... अगदी तसाच... वाऱ्यासारखा, नुसता इकडून तिकडे उड्या मारत राहायचा.... आमचे ना ... गावाला एक छानसं घर होते. तिथे जायचो कधी कधी... शनिवार- रविवारी.... घराच्या मागे ... असे मोठे जंगल..... तिथे जास्त आवडायचे त्याला... नंतर काही वर्षांनी ते घर विकून टाकलं त्याच्या पप्पानी, तेव्हा तर २ दिवस जेवला नव्हता तो. आधीपासूनच अबोल. कमी बोलतो. मोठ्या भावाशी छान जमायचे.... त्यानेही त्याचा बिझनेस सुरु केला आणि त्याचा वेळ त्यातच जाऊ लागला. आकाशचा मित्रच होता तो. आणखी अबोल झाला. हा ... इथे एक पूजा नावाची मैत्रिण होती. तीही त्याच्या सारखीच.... भटकंती करणारी... दोघांचे छान जमायचे. दोघे जायचे फोटोग्राफी साठी... एक दिवस तिनेही शहर सोडून दिले. आता आकाशने ..... " आई पुन्हा थांबल्या बोलायच्या. " बघ ना सुप्रिया ... आकाशला पुन्हा आणता येईल का शहरात... त्याला सांग तू आधी सारखाच येत - जात राहा शहरात... पण असा दूर नको जाऊस... " आईंना आता रडू आवरलं

नाही. " आई ... येते मी ... सांभाळा स्वतःला... " त्यांच्या खांदयावर हात घट्ट दाबून ठेवला होता सुप्रीने.. आई शांत झाल्या तशी निघाली ती. आईंना काय माहित, माझ्या मनातला पाऊस... गेली चार वर्ष थांबतच नाही. सुप्रीने पुन्हा एकदा गॅलरीत बसलेल्या आकाशच्या आईकडे पाहिलं. बोटांनी डोळ्यावरचा चष्मा नीट केला. घरी निघाली स्वतःच्या.

===

"आज्जी !!........... कशी आहेस... " कादंबरीने पूजाच्या आजीला मिठी मारली.

" अगं हो हो .... काय कुठे पळून जाते आहे का मी... " आजींना हसू आवरत नव्हते.

" तू नाही गं ..... आजी ..... मी गेली तर पळून , हि तुमची पूजा ..... मला पळवून नेईल कधी .... कळणार नाही... " कादंबरी तोंड वाकडं करत म्हणाली. आजीने तिचा गालगुच्चा घेतला.

" किती गोड आहेस ग तू ... त्या माझ्या पूजा इतकी नाही ... तरी आहेस गोड... " ,

" हो का ..... आजी बरी आहेस तू ... तुझ्या नातीची बाजू घेणार तू ... " उगाचच लटका राग आणत कादंबरी बोलली.

" अगं ... पण आहे कुठे माझी निरू ...तुझ्या सोबत असते ना ... " ,

" काय गं आजी ... " कादंबरीने आजीच्या गळ्यात हात टाकले. " तू आधी मला काही खायला दे ... ती येते आहे मागून .... तशीही ... कुचकीच आहे ती , मला असं भेटता आले नसते तुला... ती आधी आली असती तर.... आहे मागे ती... मी धावत आली पुढे... " ,

" अगं थांब जरा पोरी ... निरुला येऊ दे .... " आजी कादंबरीला थांबवत म्हणाली.

" बघ आजी .... उद्या तुझा वाढदिवस आहे... हे तिच्या लक्षात पण नव्हते. मी आहे म्हणून हो ... तुझ्या नातीची काळजी घेणारी... मीच आठवण केली तुझ्या बिर्थडे ची... तेव्हा कुठे आलो आम्ही... मग माझेच लाड केले पाहिजे तू ..... " कादंबरी म्हणाली.

" आजी ... !! हि कादंबरीच कुचकी , खडूस आहे ... माझेच लाड कर... " पूजाही आली तितक्यात. तिला बघून कादंबरीने आजीला मिठी मारली. पूजाही काही कमी नव्हती. तिने या दोघीना मिठीत घेतले.

सकाळ सकाळी आलेल्या दोघी. दुपारची जेवणे झाली तशी झोपून गेली कादंबरी. रात्रीचा मोठा प्रवास करून आलेल्या ना .... कादंबरी दमलेली, झोपून गेली. पूजा मात्र आजीच्या घरामागे झाडं - झुडुपे होती, तिथे जाऊन बसली. थोड्यावेळाने , पाठोपाठ आजीही आली.

" काय गं निरू , का बसलीस अशी... " आजीने पूजाला विचारलं.

" अशीच बसली आहे आजी... छान वाटते " आजी शेजारी येऊन बसली.

" तुला लहानपणापासून ओळखते... सांग ... काय विचार सुरु आहेत मनात... " पूजा आजीच्या मांडीवर डोके ठेवून निजली.

" एक जुना मित्र आहे .... त्याला भेटून येऊ का , असा विचार करते आहे.. आता आलीच आहे इथे , तर जाऊन भेट घेऊ असं विचार करत होती. " ,

" जा ना मग .... इतका काय विचार .... " ,

" नाही ग आजी... त्याच लग्न झालं असेल आता.. ४ वर्षांपूर्वी भेटला होता ... तेव्हाच त्याचे सुरू होते... " ,

" काय ? " ,

" माझ्या सारखा भटकायचा तो ... एवढी वर्ष भटकत होता. भेटली छान जोडीदार.... मग सुरु झालं ते मनातलं युद्ध.... तिला वेळ दयावा कि निसर्गाला.... शेवटी मला भेटून गेला तेव्हाच बोलत होता कि शेवटची भटकंती.... आता कसा आहे कोण जाणे.. मी गेले आणि पुन्हा त्याला ते जुने दिवस आठवले तर... हि भीती वाटते.. " आजी तिच्या केसांतून हात फिरवत होती.

" बाळ .... काही होणार नाही ... जाऊन ये तू... निदान त्या निमित्ताने शहर तर बघशील... नीट समजावले कि समजेल तो ... बरं !! तू किती दिवस आहेस आता ... " ,

" माहित नाही ... कदाचित ४-५ दिवस .. ",

" मग घरी .... " आजी पुढे बोलणार होती तर पूजाने थांबवलं तिला.

" आजी .... उद्या तुझा वाढदिवस ... दरवर्षी तुझ्यासाठी येते मी... पप्पा-मम्मी चा विषय नको " ,

" बर बाबा ... नको जाऊस ... पण आता आराम तर कर ... ",

" नको आजी ... जरा वेळ आणखी बसते ... ",

" ठीक आहे... तुला वाटलं झोपावे कि ये ... एव्हडा मोठा प्रवास करून आलीस .. आराम करावा माणसाने... " आजी आत जाऊन निजली.

" आराम कसला आजी... पावसाने कोसळणे आणि भटक्याने भटकणे .... हाच खरा धर्म.... नाहीतर आभाळातील ढग सुद्धा भटकत असतात ... त्यांना असतो का कधी आराम ... आराम कुठे कोणाला ... " पूजा मनात बोलली.

===

" काय ... कशी आहेस गं " आकाश सुप्रीकडे पाहत म्हणाला. सुप्रीचे expression बघण्यासारखे.

" बरा आहेस ना ... बघ रे गणू... लोकांना वेड लागत चालेल आहे.. " संजनालाही हसायला आले.

" काय रे ... हे तुलाच विचारलं पाहिजे... कसा आहेस ... अचानक काय झालं... ",

" असंच ... विचारावे वाटलं.. आठवण आली तिची... " आकाशच्या या वाक्यावर संजना - सुप्री दोघीही हसू लागल्या.

" खरच ... लोकं वेडी झालीत " सुप्रीला हसू आवरेना.

" अरे भेटतो कि आपण... जवळपास रोजच भेट होते. मग आठवण काय... " सुप्री....

" सहजच ... किती प्रेम तुझ्यावर ते सांगू शकत नाही. तुला कधी बोललोच नाही आधी.... इतके प्रेम आहे तुझ्यावर .... ",

" बाई बाई !! किती ते प्रेम ... " सुप्री जागेवरून उठली. आणि आकाशला मिठी मारली. आकाशला शहारून आलं.

" अरे !! एक गोष्ट विसरली... कॅमेराने फोटो काढतो... कधी सेल्फी घेतलाच नाही. ",

" एव्हडे तर काढतेस सेल्फी संजना सोबत .... म्हणे सेल्फी घेतला नाही कधी... ",

" तुझ्या सोबत रे लाडू .... तुझ्यासोबत एकही सेल्फी नाही माझा... चल ये संजना... लवकर ये ... " म्हणत तिघांनी छान pose घेतली आणि सुप्रीने पटकन सेल्फी काढला.

या तिघांचा एकमेव सेल्फी. सुप्री, आकाश काम करत असलेल्या मॅगजीनच्या

ऑफिस मध्ये आलेली. आकाशच्या आईने सांगितलं होते ना ... जरा चौकशी कर आकाशची. त्यासाठी आलेली ती. त्याचे बॉस आलेले नव्हते अजूनही. तर सुप्री time-pass करण्यासाठी मोबाईल मधले फोटो बघत होती. तसेही आकाशने मोबाईल वर सुद्धा किती फोटो काढले होते. पण हा एकच सेल्फी आकाश सोबत. तोच बघत होती. इतक्यात सर आले.

" Hi सुप्रिया .... कशी आहेस ... किती महिन्यांनी आलीस ... यायचे ना वरचेवर " ,

" thank you सर ... सहजच आले... आकाश बद्दल विचारायचे होते. " ,

" चल , बाहेर नको... आता केबिन मध्ये बसू .... "

दोघे बसले केबिनमध्ये. " बोल ... काय सुरु आहे सध्या .... " ,

" काही नाही .... तेच रुटीन life सुरु आहे. काल आकाशच्या आईला जाऊन भेटले... तिनेच सांगतील कि जरा आकाश बाबत माहिती विचारून ये ... पत्र येतात त्याची. पण गेल्या ५ महिन्यात नाही आलं पत्र... " ,

" ठीक आहे... त्याचा शेवटचा मेल आला तो ३ महिन्यापूर्वी. त्यांनी काढलेले फोटो काढतो ना .. त्याचा मेल. त्यांनंतर नाही. " ,

" बर .... सर .... एक request करू का .... त्याला एकदा सांगा ना इथे यायला.... माझ्यासाठी नाही... त्याची आई... सारखी आठवण काढत असते ती... ",

" सुप्रिया... जसा तो तुमचा जवळचा माणूस ... आमच्याही कुटुंबातला आहे तो ... मलाही वाटते काळजी त्याची. मीही ४ वर्षांपूर्वी बघितलं होते त्याला... त्याचे फक्त मेल येतात .... ना मोबाईल जवळ कि लॅपटॉप .... कुठून मेल करतो देव जाणे.... जेव्हा जेव्हा मेल येतात त्याचे... त्या प्रत्येक मेल ला मी रिप्लाय करतो.... तेच तर लिहितो, इथे येऊन काम कर... एकदा तरी ये भेटायला... त्याचे उत्तर देतच नाही. " सुप्री काय बोलणार यावर.

" ठीक आहे सर ... काही कॉन्टॅक्ट झाला तर कळवा ... निघते मी... " सुप्रिया निघाली.

" सुप्रिया ... " सरांनी थांबवलं. " पहिल्या सारखी नाही वाटत तू ... आधी किती गोड हसायचीस.. बडबड ... उत्साही... आता काहीच नाही. साधीशी smile सुद्धा येत नाही तुझ्या चेहऱ्यावर. ते डोळे ... सतत काही शोधत असतात.... बरोबर ना ... " सुप्री त्यावर काही न बोलता साधंसं हसली आणि निघाली. सरांना काय सांगू.... माझं "आभाळ " हरवून गेलं आहे कुठेतरी. काळोखी दाटली आहे.... सर्वत्र ... सुप्री मनात बोलत निघून गेली.

==

" चल गं कादंबरी .... किती तो मेकअप करतेस .. कोणी येणार आहे का बघायला " पूजा कादंबरीला हाका मारत होती. शेवटी आली कादंबरी घराबाहेर. सोबत आजी होतीच.

" बघ गं आजी ... कधी मेकअप करते का मी ... जराशी पावडर आणि केसांना तेल लावलं... याला काय मेकअप म्हणतात का ... किती कुचकी असतात माणसं ...." कादंबरी पूजाला वेडावत बोलली.

" अगं .... केकच आणायला जायचे आहे ... त्यात एवढे काय सजायचे... ",

" चल ... तुला ना कसली आवडच नाही.... " कादंबरीने पूजाचा हात पकडला आणि रागातच तिला पुढे घेऊन आली. पूजाला गंमत वाटली.

" किती तो राग ... नाकाचा शेंडा हलतो आहे बघ ... " पूजा किती हसत होती...

" जा.... ना .... आता का येतेस .... " कादंबरीला अजून राग आला.

" चल ... तुला आज माझ्याकडून ट्रीट ... almond चे ice cream..... " त्यावर कादंबरी खुश...

" ठीक आहे ... पण त्यानंतर सीताफळचे ice cream ... नाहीतर राग कमी होणार नाही .... समजलं ना ... ",

" हो हो ... देवीजी... " पूजाने हात जोडून नमस्कार केला तिला. तिनेही तथास्तु केले हाताने. दोघी हसू लागल्या आणि निघाल्या आजी साठी केक आणायला.

त्यांच्या ओळखीच्या दुकानात आल्या, दरवर्षी इथूनच आजीच्या बर्थडेचा केक घेऊन जायच्या. तिथेच वेगवेगळ्या फ्लेवरची ice-cream मिळायचे. खात बसल्या दोघी. ice-cream खाता खाता पूजा हरवून गेली विचारात पुन्हा.

" कसला विचार करते आहेस .. " कादंबरीने टपली मारली तिच्या.

" काही नाही ... चल निघू... " पूजाचा मूड एकदम बदलला. केक घेऊन बाहेर आल्या दोघी. तरी पूजा वेगळ्याच विचारात. कादंबरीने थांबवलं तिला.

" काय झालं ... निरू... " तरी पूजा शांतच .... " आकाशचा विचार करते आहेस ना ... " पूजाने कादंबरीकडे पाहिलं.

" हो ग ... डब्बूला भेटू का ... इथे आल्यापासून तोच विचार घोळतो आहे मनात... ",

" एवढंच ना ... चल जाऊन येऊ मग ... ",

" तसं नाही गं ... " पूजाने जे आजीला explain केलं तेच कादंबरीला सांगितलं.

" सारे कळते .... पण एकदा भेटायला काय हरकत आहे.. " पूजाला पटलं तेही.

" एक काम करू मग.. आता घरी जाऊन केक कापू ... बर्थडे सेलेब्रेट करू ... संध्याकाळी निवांत जाऊ ... आताही तो त्याच्या ऑफिसमध्ये असला तर ... संध्याकाळी ऑफिस मधून येण्या आधी जाऊ आणि surprise देऊ त्याला. " कादंबरी पूजाचे हे बोलणे छान वाटले.

ठरल्याप्रमाणे , आजीचा वाढदिवस साजरा झाला. संध्याकाळी उरलेली कामे संपवून , बरोबर ५च्या सुमारास पूजा कादंबरी सोबत निघाली. किती वर्षांनी ती या एरियामध्ये येत होती. नाहीतर कधी शहरात आलीच तर कादंबरी जायची पूजाच्या आई-वडिलांना भेटायला. आज तीच आठवण आली पूजाला. आकाशचे घर पूजाच्या घरापासून थोड्या अंतरावर. तीच जुनी वाट... आता काही नवीन बांधकामे झालेली..... डब्बू आणि मी ... एकत्र जायचो ना या वाटेनं ... शाळेत. पूजाला आठवलं. तिथे एक मोठा वड होता. तिथे रात्री बसून असायचा आकाश. रात्री जेवून झालं कि बाहेर यायचा. पाय मोकळे करायला. तेव्हा बोलायचो आम्ही. या अश्या आठवणी माझ्या.... छान वाटतात.

चालत चालत दोघी आकाशच्या घरासमोर आल्या. कादंबरीला भारी हौस. पटकन जाऊन बेल वाजवली. " काय ... काही आहे कि नाही डोक्यात... तू ओळखतेस का डब्बूच्या आईला... " ," नाही ... पण माझी निरू ओळखते ना .. " त्याचवेळेस आकाशच्या आईने दरवाजा उघडला. " कोण ... " त्यांनी कादंबरीला विचारले. " मी ... कादंबरी आणि हि तुमची निरू .. i mean ..पूजा !! " कादंबरीला ओळखले नाही , पण पूजाचे नाव ओळखीचे. पूजाला बघितलं.

पूजाला बघून गहिवरून आलं त्यांना. मिठी मारली तिला. ५ -१० मिनिटे तशीच गेली. कादंबरीला राहवत नव्हते.

" किती वेळ ते .... इथे दारातच उभे राहणार का ... आत तरी चला कि ... " तेव्हा कुठे या दोघींची मिठी सुटली.

" किती वर्षांनी आलीस... " आकाशची आई तिच्या गालावरून हात फिरवत होती.

" आई .... कश्या आहात... " ,

" मी छानच ... पण तू गेलीस ... ती आलीच नाहीस गं ... निदान आकाशला भेटायला यायची तू... तेही बंद केलेस .. ,मला तरी यायचे ना भेटायला.. ",

" तसे नाही आई... मी कधीच शहर सोडले होते. ... " ,

" हो .. डब्बू सांगायचा तुझ्याबद्दल.... भटकत असतेस ते .... " या दोघीचे बोलणे सुरु होते , तोपर्यंत कादंबरी त्याचे घर बघत फिरत होती. आकाशने काढलेले काही फोटो होते तिथे भिंतीवर ...

" Wow !!! तुमचा डब्बू... भारी फोटो काढतो... " कादंबरी मोठ्याने बोलली.

" हि कोण .... " पूजाला आकाशच्या आईने विचारलं.

" हि कादंबरी .. म्हणजे तिचे खरे नाव माहीत नाही... मला भेटली होती तेव्हा हेच नाव सांगितलं होते.... माझ्या सोबतच फिरत असते हि... " ,

" हो काकी ... आम्ही दोघी एकत्र फिरतो ... bestie आहे ना मी तिची... ",

" आई ... पागल , वेडी आहे हि खूप ... लोकांना काय वाटेल कधीच विचार करत नाही. तरी किती चांगली आहे मनाने... " ,

" ते राहू दे गं .... तुझा डब्बू ... म्हणजे आकाश... इतके छान फोटो काढतो... लास्ट वेळेला भेटला होता... तेव्हा मीच त्याला सांगत होते कि कसा use करायचा कॅमेरा.... तेव्हा तर एका शब्दाने बोल्ला नाही .... किती छान फोटोग्राफि करतो .... खडूस माणूस ... "

" तुला माहीतच नाही वाटते मग .... आकाश स्वतःहून काहीच सांगत नाही... " ,

" हो ... डब्बू तसाच आहे.. विचारलं तर सांगेल असेही नाही... मोठा , फेमस फोटोग्राफर आहे माझा डब्बू .... " आई बोलल्या. कादंबरी फोटो निरखून बघत होती.

" पण हे फोटो ना .... कुठंतरी बघितले आहेत असे वाटते मला... ",

" अरे ... मॅगजीन मध्ये .... wild India .... बघतेस ते फोटो ... online बघत असतेस ना ... "

त्यावर कादंबरीचा विश्वास बसेना. ज्या फोटोग्राफरला follow करते, ज्याचे हे असे सुंदर क्लीक बघून बघून मी फोटोग्राफी शिकले.... आणि तो .... आमच्यासोबत प्रवासात होता... तो हा आकाश.... आणि मी त्याला सांगत होते कसे फोटो काढतात ते ..

" O .... M .... G.... किती पागल आहे मी ... इतके दिवस सोबत होता तो .... ते काही नाही .... काकी बोलावा ना त्याला... कुठे आहे ... " कादंबरी लाडात आलेली.

" हा आई ... त्यालाच भेटायला आलेली... तो संध्याकाळी ऑफिसमधून येईल आणि मी त्याला surprise देईन... असा प्लॅन हिनेच केला... म्हणून आता आलो आम्ही. आकाश आला ऑफिसमधून कि यायचा आहे. " पूजाने हे विचारलं आणि आईचा चेहरा पडला. पूजाला समजलं. " आई काय झालं ... " आकाशच्या आईला

रडू आवरलं नाही.

पूजाने सांभाळले. " आई ... काय झालं .. सांगा मला. " आईने डोळे पुसले.

" तुला कधी भेटला होता आकाश...",

" म्हणजे ४ वर्ष... हा ..तेव्हाच भेटला होता . पण असे का विचारता ... " ,

" तेच .... तेव्हा पासून आलाच नाही घरी तो .... " ,

" पण निघाला तेव्हा सुप्री होती सोबत त्याच्या .... एकत्र तर गेले .. " कादंबरी पटकन बोलली.

" सुप्री - संजना ... त्या दोघीच आल्या शहरात..... आणि आकाशने सुप्रीकडे निरोप पाठवला कि तो तिथे राहणार आहे... कधी येईल ते सांगू शकत नाही... " ,

" हे तर माहीतच नाही .... त्या दोघांनी असा का निर्णय घेतला ... " ,

" त्याने असा का निर्णय घेतला माहित नाही.... पण तेव्हा पासून आलाच नाही... सुप्री येते भेटायला कधी कधी .... आकाश नाही... " पुन्हा रडू लागली.

पूजासाठी तरी हा मोठा धक्का होता. " अगं .. पुजू .... काय झालं हे ... " कादंबरी विचारात पडली. आपण surprise देयाला आलेलो .... आपणच surprised झालो. पूजाला समजत नव्हते काय करावे पुढे.

" आई ... आकाशने काय सांगितलं.....सुप्रीला... म्हणजे त्याचे काय बोलणे झाले ते .... काय बोलली सुप्री " ,

" मघाशी सांगितले तेच ... " आईंना पुढे बोलणे जमलं नाही. पूजा कादंबरी जवळ आली.

" काय यार ... कुठे गेला आकाश... आणि शाने ... मला का सांगितलं नाहीस तो एवढा मोठा फोटोग्राफर आहे ते ... " ,

" थांब ग .... कादंबरी ... मधेच काय तुझे .... आता काय करावे ते सांग " ,

" मला वाटते ना .... आपण सुप्रीला भेटावे ... तिलाच माहित आकाश कुठे आणि का गेला ते ... " ,

" Good idea ... " पूजा आकाशच्या आईजवळ आली.

" सुप्री येते ना भेटायला .... ती काही बोलते का आकाश कुठे आहे ते ... " ,

" नाही ... तिला कसे माहित असणार .. तिला मी किती वेळा विचारते ... तिला नाही माहित.. " ,

" मग तिला आम्ही भेटू शकतो का ... नाहीतर तुम्ही तिचा मोबाईल नंबर द्या... " आकाशच्या आईने सुप्रीचा नंबर दिला. " आई ... मी आता निघते ... काही

करून सुप्रीला भेटावे लागेल. " ,

" बघ ना पूजा , जमल्यास आकाशला सांग ना ... इथे यायला .... डोळे भरून बघायचे आहे त्याला ... "

पूजा कादंबरी बाहेर आल्या. पूजाने लगेच सुप्रीला कॉल लावला. पहिल्यांदा उचलला नाही. दुसऱ्या वेळेस उचलला.

" हॅलो सुप्री... " ,

" सुप्रिया बोलते आहे ... आपण कोण ... ",

" मी पूजा .... सुप्रिया म्हणजे आकाशवाली सुप्री ना .... " ,

" हो... तीच .. पण तुम्हाला ओळखले नाही मी ... " ,

" सुप्री .... मी .... पूजा .... आकाशची मैत्रीण.... आपण भेटलो होतो प्रवासात ... आठवलं का ... " प्रवासाचे नाव काढलं आणि सुप्रीने ओळखलं तिला. तिनेच तर सांगितलं होते, आकाश कसा आहे ते.

" हो हो ... आठवलं ... पूजा - कादंबरी .... जिप्सी ... right !! " ,

" हो ... तीच मी ... ",

" कशी आहेस? ",

" मी ठीक आहे ग ... पण ते जाऊ दे .... तुला भेटायचे आहे... " ,

" मला ..... कशाला .... आणि तू काय शहरात आली आहेस का ... " ,

" हो... शहरातच आहे .... आकाशच्या घरी जाऊन आले. तिथे जाऊन वेगळंच कळलं.... तू भेट मला आधी ... " सुप्री त्यावर काही बोलली नाही.

" हॅलो .... सुप्री .... सुप्री.... आहेस ना ... कॉल चालू आहे ना .... हॅलो ... " तेव्हा पुन्हा सुप्रीने विचारलं तिला.

" तुला का भेटायचे आहे मला .... माहित नाही ... भेटू तरीही... ",

" कुठे येऊ ... ",

" मी आता ऑफिसमधून निघते आहे... तुला msg करते एक पत्ता ... तिथे ये ... ",

" ठीक !! " म्हणत तिने कॉल कट्ट केला. सुप्रीने बोलल्याप्रमाणे एक पत्ता पाठवला होता , पूजा-कादंबरी लगेच पोहोचल्या तिथे.

सुप्री ५ मिनिटांनी पोहोचली. पूजा तिला बघून जरा चाचपली. तेव्हा पाहिलेली सुप्री आणि आता समोरून चालत येणारी सुप्री, प्रचंड तफावत दोघीमध्ये. डोळ्यावर चष्मा , केस मोकळे सोडलेले, गळ्यात स्कार्फ , खांदयावर छोटीशी बॅग , साधासा ड्रेस आणि निस्तेज चेहरा... " Hi पूजा .... " सुप्रीने आल्या आल्या तिला

मिठी मारली. " कशी आहेस " कादंबरीने विचारलं. " चला .. बाहेर बोलण्यापेक्षा बसून बोलू. इथे एक cafe आहे ....आकाशची आवडीची जागा.... तिथे जाऊन बसुया... " आकाशचे नाव सुद्धा तिने निरसपणे घेतलं.

" हि आकाशच्या आवडीची जागा ... आम्ही इथे बसायचो ... " सुप्री खुर्चीवर बसत म्हणाली. कॉफी आली.

" तू कधी आलीस शहरात... " सुप्रीने कादंबरीला विचारलं.

" आम्ही कालच आलो." कादंबरी बोलली. पूजा अजूनही सुप्रीकडे पाहत होती. तिला न्याहाळत होती. सुप्रीचे लक्ष गेलं तिच्याकडे.

" काय झालं पूजा ... कधी पासून माझ्याकडे बघते आहेस.... " ,

" काही फरक आहे नक्की .... आपण जेव्हा भेटलो होतो , तेव्हाची तू .... आणि आता माझ्या समोर जी व्यक्ती बसली आहे... त्यात खूप फरक आहे. " सुप्री पूजा काय बोलते आहे हे जाणून होती. " आकाशच्या घरी जाऊन आले मी ... तेव्हा कळलं कि आपण जो प्रवास केला त्यानंतर आकाश माघारी परतला नाही... असं का ... काय बोलणे झाले तुमचे ... " सुप्री काही न बोलता तशीच पूजाचे बोलणे ऐकत होती. छान हवा सुटली होती. सुप्रीचे मोकळे केस तिच्या चेहऱ्यावर येतं होते. सुप्री वाहणाऱ्या वाऱ्याच्या दिशेनं पाहत होती.

" आकाशला मोकळे जगणे पसंद होते. माझ्यामुळे तो स्वतःला बंदिस्त करून ठेवणार... माझाच निर्णय होता कि त्याला आयुष्य जगायला मिळाले पाहिजे. मीच बोलले कि तू जा भटकंती ला... गेला तो ... जातच नव्हता... मी बोलले म्हणून... गेला .... मी विचारले त्याला ... पुन्हा कधी येशील... माहित नाही बोलला... कुठे गेला माहित नाही. कारण त्याला जाताना बघू शकत नव्हते. मी , संजनाचा हात पकडून पुढे आली. आकाश त्याच्या वाटेने निघून गेला. " ,

" अगं ... पण थांबवले का नाही त्याला... " कादंबरी.

" नाही थांबवू शकली. एवढा भावुक झालेला कि मलाच पहावले नाही. " पूजा काय बोलणार यावर.

थोडावेळ शांततेत गेला. " सध्या तो कुठे असतो ... हे माहित आहे का तुला ... " पूजाचा प्रश्न.

" नाही "

" एक प्रश्न पडला आहे मला. आकाश ... म्हणजे एक फेमस फोटोग्राफर आहे. हे मला आधी माहित नव्हतं. इतर फॅन्स सारखी मीही त्याची मोठी फॅन आहे. त्याचे येणारे फोटो .. मी नियमित बघत असते. गेली ४ वर्ष ... तो शहरात नाही.

मग त्याचे फोटो तर असतात त्यांच्या site वर ... ते कसे .... " ,

" तो जिथे फिरतो , भटकतो ... तिथले फोटो क्लिक करतो आणि जिथून इंटरनेटची सुविधा मिळेल तिथून त्याच्या ऑफिसमध्ये मेल करतो. तसेच करतो तो गेली ४ वर्ष. शेवटचा मेल आला तेव्हा तो केरळमध्ये होता. ३ महिन्यापूर्वी.... आता त्याच्या सरांना देखील माहित नाही तो कुठे असतो ते ... " ,

" तुम्ही त्याला कधी इथे बोलवायचा प्रयत्न केला नाही का... " कादंबरीच्या या प्रश्नावर सुपारीला उगाचच हसू आलं.

" त्याचे सर .... जेव्हा जेव्हा आकाश मेल करतो , तेव्हा त्याला ते इथं यायला सांगतात. गेल्या ४ वर्षात एकदाही कॉल केला नाही .... ना मला ... ना त्याच्या आईला ... फक्त पत्र पाठवतो. त्यातच लिहितो ... कुठे असतो , काय करतो .... त्या पत्रात शेवटी १ ओळ असते , सुप्री कशी आहे...बस्स !! एवढाच काय तो त्याच्याशी कॉन्टॅक्ट " सुप्रीने पुन्हा बोटांनी चष्मा सावरला.

चार वर्ष , मोठा कालावधि.... कादंबरी विचार करू लागली. " आणखी एक प्रश्न आहे ... जरा पर्सनल आहे ... विचारू का ... " सुप्रीने होकारार्थी मान हलवली.

" ४ वर्ष ... एवढा मोठा काळ तू त्याची वाट बघत आहेस. पुढे तो कधी येईल हे माहित नाही. तुला वाटलं नाही का ... काही वेगळा विचार करावा... " ,

" तुझे म्हणणे काय ते कळलं मला. आकाशशी ब्रेकअप ... बरोबर ना ... " ,

" हो ... " , पुन्हा हसली सुप्री उगाचच.

" त्याला अपघात झालेला. एक वर्ष तो तिथे रानावनात फिरत होता. तेव्हाही त्याचे माझ्यावर प्रेम होते. आता तर तो कुठे तरी आहे सुखरूप .... तरी त्याचे माझ्यावरच प्रेम आहे हे माहित आहे मला. त्या अपघातात सर्व विसरलेला, त्याला आठवत होते मी फक्त. हे असे प्रेम कुठे मिळते. त्याने खरं सुख दाखवलं मला. आणि त्याला सोडून देऊ. फरक इतकाच कि तो नजरेसमोर नाही. माझे मनापासून प्रेम आहे त्यावर. आणि तो येईल परत माझ्यासाठी.... हि खात्री आहे मला. "

कोण काय बोलणार यावर. बोलण्यात कसा वेळ गेला कळलंच नाही. " निघूया का .... मला माझ्या घरी जावे लागेल.. काही काम आहे... " सुप्री बोलली. " भेटू पुन्हा ... शहरात आलीस कि कॉल करत जा .. भेटू आपण .. " सुप्री बोलून निघून गेली.

" डोळ्यात पाहिलं मी तिच्या ... आकाशला शोधतात तिचे डोळे. " पूजा कादंबरीला बोलली.

या दोघीही घरी आल्या. रात्रभर पूजा तळमळत. आकाशला तेव्हा सोडले नसते तर. मनात एकच विचार. सकाळ झाली तरी तेच विचार. कादंबरी सकाळीच

फोटोग्राफी साठी निघून गेलेली. पूजा आजीच्या घरामागे बसून होती. आजींना कळलं ते पण पूजाला काही बोलली नाही. कादंबरी जशी आली तशी तिने बाजूला बसवलं.

" आपण आकाशला पुन्हा शहरात घेऊन येऊया का ... " ,

" possible आहे का पूजा ... " ,

" माहीत नाही ... पण try तर केले पाहिजे ना... " ,

" नक्की काय करायचे .. " ...कादंबरी..

" सुप्रीला आज पुन्हा भेटूया ... तिला आपण सोबत घेऊन गेलो तर... " कादंबरीला प्रश्न पडला.

" ती येईल का ... आपल्या सोबत... " ,

" ते आपण नको ठरवूया ... तिलाच जाऊन विचारु... " म्हणत पूजाने सुप्रीला लगेच कॉल लावला. तिथे संध्याकाळी भेटायचे ठरले.

पूजा - कादंबरी आधीच पोहोचल्या होत्या. सुप्री आली. " Hi .... कालच तर भेटलो ना ... लगेच पुन्हा भेट... काय झालं .... असो , चला आत जाऊन बसू... " सुप्री पुन्हा कॅफेमध्ये घेऊन जात होती.

" नको ... आत नको ... जास्त वेळ लागणार नाही. बोलायचे आहे फक्त... " कादंबरी बोलली.

" हो ... मग आत जाऊन बोलू ना ... बाहेर कशाला. ? " ,

" नको ... थांब सुप्री.. थेट मुद्द्यावर येते मी... " पूजा ...

" मला माहित आहे , आकाशचे तुझ्यावर किती प्रेम आहे ते... आणि त्याच्या सुखासाठी तुझा निर्णय घेतला तू ... पण आता त्याला पुन्हा इथे ... घरी यावे लागेल .... असे वाटते मला... " सुप्रीला यावर काही बोलायचे नव्हते.

" बोल सुप्री ... बोल ना काही... " ,

" काय बोलू पूजा ... हे सर्व किती वेळा करावे... आधी त्याला अपघात झाला होता, तेव्हा किती ठिकाणी शोधलं... त्यानंतर त्याची इथे शहरात घुसमट होते, म्हणून त्याला photography competition साठी पाठवलं तर भलतीकडेच गेलेला. त्यासाठी पुन्हा शोधाशोध... आताही तेच करू का ... " ,

" तुला त्याची गरज आहे कि नाही... " कादंबरी बोलून गेली. सुप्रीने एकदा पाहिलं तिच्याकडे

" गरज ?? आहे ना ... खूप .... मलाही आठवण येते त्याची.... कोण आहे इथे माझ्याशी बोलायला... त्याच्याशीच तर बोलायचे ना .... पण किती वेळा मी त्याग

करायचा..... " सुप्री पटपट बोलली.

" बघ सुप्री ... आकाशला त्याचे जीवन जगता यावे म्हणून तू केलंस. आता त्याला पुन्हा यावेच लागेल. निदान तुझ्यासाठी तरी .... " पूजा...

" कुठे शोधणार आहेस... त्याचा काहीच पत्ता नाही. " सुप्रीने विचारलं.

" आता कुठे असेल तो... ते त्यालाच माहित, पण पावसाळा एका महिन्यावर आला आहे. आणि पावसात तो नक्की येईल .. त्याची अशी एक जागा मला माहित आहे ... तिथे तो दर पावसाळ्यात एकदा तरी जातोच ... आपण पाऊस सुरु होण्याआधी तिथे जाऊ... " सुप्रीला काय रिऍक्ट व्हावे ते कळत नव्हते.

" बोल सुप्री ... पुढच्या ४-५ दिवसात आम्ही निघणार आहोत.. आकाशला पावसात त्या गड - किल्ल्यावर जायला आवडते... तो येईल ... मला वाटत तुही आमच्या सोबत यावंसं... तुला बघून येईल तो परतुनी " पूजा एवढे बोलली तरी सुप्री काही बोलेना . " विचार करायला तुझ्याकडे ४ दिवस आहेत .. मी नक्की त्याला घेऊन येणार ... " असे बोलून पूजा कादंबरीला घेऊन निघाली

सुप्री घरी आली. फ्रेश होऊन वर गच्चीवर गेली. आजकाल घरी आली कि तिचा बराचसा वेळ गच्चीवर जायचा. आज जरा आभाळ भरून आलेलं. पावसाला तर अजून एक महिना बाकी आहे. कदाचित , या ढगांची वाटचाल गावाच्या दिशेने असावी. आता जरा आराम करण्यासाठी थांबले असावेत सारे. सुप्री त्या ढगांकडे पाहत विचार करत होती. कदाचित आकाशच्या भेटीला तेही आतुर असतील. पावसात भेटतो आकाश सर्वांना.... मलाही पावसात भेटला ना.... या विचारानेच तिच्या ओठांवर हसू आले. त्याच्या सारखा तोच.... काय बोलायचा , नाव विचारलं कि .... " मिस्टर A "... छान वाटायचे त्याच्या सोबत... माझा भूतकाळ सांगितला होता त्याला... माझे तेव्हा नुकतेच ब्रेकअप झालेलं.. कशी राहायची मी... त्याने किती छान समजावून सांगितली life .. त्याला विसरू शकत नव्हते , तरी निव्वळ आकाशमुळे मी ‘ move on ’ करू शकले, नंतर त्यानेच मला माझ्या भूतकाळासहित आपलेसे केले.

सुप्री आठवणीत रमली. अचानक वाऱ्याचा एक झोत तिच्याकडे झेपावला. वाऱ्याने सर्व केस विस्कटून टाकले तिचे . तेव्हा कुठे ती वर्तमानात आली . केस सावरले तिने. गेल्या ४ वर्षात आयुष्याच्या सर्व घड्या अश्या विसकटून गेल्या आहेत. किती try केलं मी , तरी आकाश शिवाय सर्व उणे , रिकामेच वाटते. त्याच्याशिवाय प्रत्येक पाऊस कोरडाच होता , आभाळ निळेशार करणारा तोच... पाऊस आणणारा हि तोच... रात्रीचा चंद्र लपवून चांदण्यांची रात्र करणारा हि तोच... कुठे निघून

गेलास ... भास होतात तुझे.. सगळीकडे ..... आरशात सुद्धा बघितले कि तूच दिसतोस.... तुला भेटायचे किती प्रयत्न केले मी मनातून.... पण बंधने.... किती ती ... नाही तोडू शकले त्यांना..... तू बोलायचास ना ... शहरात जीव घुसमटतो ... आता तू गेल्या पासून मीही तेच अनुभवते आहे रे... तूच माझा श्वास होतास ना... काय रे आकाश... असं का वागतोस तू ... माझी काळजी का वाटत नाही तुला.... प्रत्येक वेळेस मीच का विरह सहन करायचा... दरवेळेस ... मीच यायला पाहिजे का तुला घेऊन यायला... स्वतःहून ये ना कधी .... माझ्याकडे... नाही आठवण येतं का माझी.... पत्रात दोन ओळी लिहिल्या कि झालं का ... मला नाही का मन प्रेम तर आहे ना इतकं.. तुझ्याकडचं प्रेम तू मला दिसलं ... अगदी भरभरून .... वेड्यासारखं प्रेम ... कितीही रागावली तरी मनवायचा मला... रुसली कि हसवायचा ... माझी चूक असली तरी किती वेळा सॉरी बोलायचा तू .... माझ्या एका मेसेजची वाट बघत राहायचा... पण प्रेम देणारा सोबत नसेल तर काय फायदा त्याचा. कुठे आहेस तू आकाश.. इतका का वैतागलास आम्हाला. तुझ्याशिवाय अधुरी आहे रे हि सुप्री. माझे हसू तुझ्यासोबत घेऊन गेलास... पाहिजे आहे मला ते पुन्हा... माझी नजर ... तीही घेऊन गेलास .... पाऊस आहेस ना माझा तू .... सोबतीची सर बनून राहीन ....ये ना आकाश... नाही करमत तुझ्याशिवाय.... त्या गणू साठी तरी ये ना ..... ये ना यार ... तुझं भरलेलं आभाळ घेऊन ये... तहानलेली आहे मी .. ये ना रे ..... यंदाच्या पावसात तरी .... सुप्रीला भरून आलेलं. चष्म्याच्या काचांमधून तिचे भरलेले डोळे आता स्पष्ट दिसत होते. मात्र त्या अश्रूंना रोखायला ना संजना होती, ना आकाश.... पावसाची सर यावी तस सुप्रीच्या डोळ्यातून धारा वाहू लागल्या. गेल्या ४ वर्षात रडली नव्हती ती. इतक्या वर्षाचे दुःख .. अचानक बाहेर आलं. रडू लागली सुप्री.

===

डोंगरातील रानावनातून .... ७-८ जणांचा घोळका चालत होता कधीच... अगदी पहाटेपासूनच.... कदाचित कुठेतरी निघालेले..... त्यांचा म्होरक्या सर्वात पुढे... बाकीचे , त्याच्या मागून येणारे .... अडखळत , धडपडत चालत होते. तो मात्र अगदी नेहमीची वाट असावी असा सराईतपणे चालत होता , त्या झुडुपातून... दगडांतून, पुढे आणखी अर्धा तास चालल्यानंतर सारेच त्या जंगलातून बाहेर आले. त्यांचा म्होरक्या सोडून बाकी सर्वच दमलेले.

बाहेर आले तशी सर्वांनी आराम केला. त्यातल्या एकाने विचारलं... " सर ... दमला नाही तुम्ही... अजूनही ताजे -तवाने वाटता ... आणि किती भरभर चालता तुम्ही ....

कस काय ... " त्यावर तो हसला फक्त.

" तुम्ही जास्त बोलत नाही का ... काही विचारलं कि फक्त smile देता ... आणि तो कॅमेरा .... चालू आहे ना ... गेले २ दिवस सोबत आहात आमच्या, एकदाही त्याचा वापर झालेला बघितला नाही मी... " एका मुलीने विचारलं.

" चालू तर आहे ... पण काही छान दिसलं तरच फोटो काढतो... बर ... ते राहू दे ... जरा आराम करा ... मग निघू... पुढे ... "

पुढे आणखी अर्धा तास आराम करून सारे तयार झाले पुढे निघायला. त्या म्होरक्याने सांगितले आणि सर्व निघाले. साधारण १ तास चालून आल्यावर त्याने सर्वांना थांबायला सांगितलं.

" काय झालं सर .... थांबलो का ... " ,

" तुमचा मार्ग आला .... " ,

" म्हणजे ... ?? " ,

" माझा तुमच्या सोबतचा प्रवास संपला. हि समोर जी पायवाट आहे ना ... तिथून पुढे १० मिनिटांवर डांबरी रस्ता लागेल.... तिथून तुम्हाला शहरात जाणारी वाहने मिळतील... " हे ऐकून साऱ्यांनी एकच जल्लोष केला. एकमेकांना मिठी मारून झाल्या.

" खूप खूप थँक यू सर.... तुम्ही होता म्हणून वाचलो .... जंगलात वाट चुकलो ... आणखी पुढे गेलो असतो तर आणखी संकटात सापडलो असतो. तुम्ही देवा सारखे भेटलात ... " ,

" पुढल्या वेळेस कोणी जाणकार असेल अश्या जंगलाचा ... तरच या ... मी नसेन प्रत्येक वेळेस.... " ,त्याने हसून उत्तर दिले. एका मुलीला प्रश्न होताच.

" तुम्ही तर शहरातले आहात ना .. तसेच वाटता ... आमच्याच सोबत चला ना ... एकत्र जाऊ ... " त्या प्रश्नावर उत्तर आले नाही त्याचे ... शहराकडे जाणारी पायवाटच हरवून गेली आहे माझी.... अनोळखी झाल्या आहेत त्या पायवाटा...

" सर !! " तिने पुन्हा हाक मारली.

" नाही ... माझी वाट वेगळी आहे आणि तुमची वेगळी.... " ,

" मग पुन्हा होईल का भेट ... शहरात ... " ,

" भेट होईल .... पण अश्या रानात - वनात ... " त्याने हसून उत्तर दिलं.

" कधीतरी येणार तुम्ही शहरात ... तेव्हा नक्की भेटणार मी.... by the way.... तुमचे नाव सांगितले नाही तुम्ही .... सगळेच " सर, सर " करतात... " ,

" नाव जाणून काय होणार आहे .... मी तसाच आणि तुम्हीही तसेच राहणार ना .... " ,

" तरी ..... सर नाव सांगा कि ... " नाव न सांगताच तो त्याच्या वाटेकडे वळला ... पुन्हा त्या झाडीत... त्या रानात जाणाऱ्या वाटेकडे ... बाकीचा ग्रुप त्यांच्या वाटेने निघाला , शहराकडे..... तरी त्या मुलीला नाव जाणून घ्यायचेच होते ... तिने दुरूनच त्याला हाक मारली.

" ओ !!! ... स ...... र ..... !!! नाव .... सांगा .... ना ...... तू .... म..... चे ...... " तो थांबला . मागे हसतच बघत होता. पाठीवरली बॅग सरळ केली. आणि मोठ्या आवाजात बोलला .... " मिस्टर A " !!

==

" ओ ,....... मिस्टर A ...... उठा आता ..... सकाळ झाली... " सुप्रीच्या या हाकेने आकाश डोळे चोळत जागा झाला.

" अगं ... वाजले किती.... " आकाशने घड्याळात पाहिले तर खरोखरच उशीर झालेला. सकाळचे ८:३० वाजत होते.

" अगं ...काय तू ..... मला जागे करायचे ना ... ८:३० झाले.. इतका वेळ झोपून राहिलो. ",

" राहू दे रे ... काल संध्याकाळ पर्यंत किती काम केलंस तू ... थकला होतास, म्हणून झोपू दिले. आराम करायचा ना ... " ,

" हो बाबा ... पण वाजले किती बघ... सूर्य दादा रागावून गेला असेल ना ... ते ठीक आहे ... तू कुठे गेली होतीस... माझा कॅमेरा घेऊन.. " आकाशने सुप्री कडे त्याचा कॅमेरा बघितला.

" प्रॅक्टिस करते आहे... तू काही शिकवत नाहीस. किती मस्का मारला तुला, मीच हळूहळू शिकते ... स्वतःची स्वतः ..... गरिबाला कोण शिकवणार फोटोग्राफी. " सुप्री उगाचच बोलली. आकाशला हसू आलं.

" बघू .... गरीबाची फोटोग्राफी " आकाशने सुप्रीच्या हातातून कॅमेरा घेतला.

" सांभाळून घ्या ... काही चूक असेल तर .... नवीन आहे फोटोग्राफर... " सुप्री चिडवत म्हणाली.

आकाशने हसतच फोटो बघायला सुरुवात केली. आणि अवाक् झाला. सुप्रीने किती छान क्लिक केले होते. लहान लहान किटकांचे फोटो. त्यात जास्त करून फुलपाखरांचे फोटो. किती छान !! नाजूक फुलांचे फोटो तर ... क्या बात है !!

आकाशला गहिवरून आले. आकाशचे फोटो कसे.... गड -किल्ले.... पाऊस... भरून येणारे ढग .... डोंगर -दऱ्या.... म्हणजे भव्य-दिव्य अशी फोटोग्राफी... पण सुप्रीने खरच कमाल केलेली.

" ओ फोटोग्राफर .... रडता कि काय.. एवढीही वाईट फोटोग्राफी नाही हा... " आकाशने तिला मिठीत घेतले. तिच्या कपाळावर ओठ टेकवले.

" किती सुंदर क्लीक आहेत हे ... मलाही जमणार नाहीत .... शिकवशील का मला... " आकाश सुप्रीला बोलला.

" बघा ... कोण बोलते आहे ते ... गणू .... बघतो आहेस ना ... कशी असतात ती माणसं ... " आकाश हसू लागला ते ऐकून .

आकाश स्मित हास्य करत होता. आजही अंमळ उशिराने जाग आलेली त्याला. एका गावाच्या वेशीवर त्याचा तंबू उभा केलेला त्याने. काल बरीच धावपळ , बरीच कामे .... यातच रात्रीचे ८ वाजले. जे मिळालं ते खाल्ले. आणि तसाच झोपी गेला. दमलेला ना ... त्यामुळे आज सकाळी उशिरा जाग आली. जाग आली तीच सुप्रीच्या आठवणीने. कधी कधी गुपचूप कॅमेरा घेऊन जायची आणि फोटोग्राफी करायची. किती छान फोटो असायचे तिचे. स्वतःच शिकली, माझ्या मागे लागून दमली.... मला शिकव .. मला शिकव... किती ते... आकाश हसला मनोमन... आळोखे - पिळोखे देत आळस दूर केला. तंबू गुंडाळला आणि निघाला. पुढच्या प्रवासाला..... पावसाच्या आधी त्याला पोहोचायचे होते .... कुठेतरी.

===

" सुप्री !! ..... हॅलो सुप्री .... आवाज येतो आहे ना .... " पूजा कधीची कॉल करत होती सुप्रीला. ५-६ वेळा try केला तेव्हा कुठे कॉल लागला. कॉल लागला होता तरी समोरून सुप्री बोलत नव्हती.

" ऐकते आहेस ना सुप्री ... बोल ना काही " पूजा किती बोलत होती. सुप्री ने बोलताच ऐकत होती.

" हे बघ सुप्री .... तू बोलत नसली तरी ऐकत आहेस हे कळत .... मी पुढच्या २ दिवसात निघणार आहे... आकाश जसा तुला जवळचा , तसाच माझाही... त्याला आता यावे लागेल... मी त्याला आणणार .... पण तुलाही यावे लागेल.... बघ , अजून २ दिवस बाकी आहेत. " पूजाने इतके बोलून कॉल कट्ट केला.

सुप्रीला अजूनही वेळ पाहिजे होता विचार करायला. आज ती घरीच होती. मनःशांती मिळावी म्हणून..... काय करावे ... अजिबात समजत नव्हते. आकाश ... मी गेले तर येईल का ... कि त्याला यायचेच नाही परत. मनाला पटत नाहीत या गोष्टी.... करूया का ... जाऊया पूजा सोबत... कि ... आणखी वाट पहावी त्याची..... विसरला असेल का मला... सुप्री संभ्रमात !!

" पुजू , काय वाटते तुला... सुप्री येईल का आपल्या सोबत .... " कादंबरीचा प्रश्न.

" माहित नाही मला ..... तरी वाटते ... तिने यावे " पूजा बोलली. कादंबरी-पूजा आजीच्या घरामागच्या झाडांसोबत बसल्या होत्या. छान संध्याकाळ होती.

" आकाशने का निर्णय घ्यावा. ते त्यालाच माहित. आधीही बोलला होता तो ... पण असा निर्णय घेईल, असे वाटले नव्हते. " पूजा .

" तरीही ... तू मला का सांगितले नाहीस... तो एव्हडा मोठा फोटोग्राफर आहे ते .. " कादंबरी. पूजाने डोक्याला हात लावला.

" अजून तेच आहे का डोक्यात.. ",

" तस नाही ग ... मला शिकायचे होते त्याच्याकडून ... निदान त्यासाठी तरी थांबला असता तो ... मला शिकवायला... " पूजा हसू लागली तिच्या बोलण्यावर.

" तुला काय वाटते... आकाश थांबला असता .... कादंबरीसाठी .... तुझ्यासाठी.... त्या सुप्रीला मागे ठेवून निघून गेला.... " असे बोलतानाही पूजाचे डोळे भरून आलेले.

==

" काय पावनं ..... कुठं निघालात... " एका गावकऱ्याचा आवाज ऐकला तसा आकाश थांबला.

" इथून पुढे ..... ",

" इथून पुढे वाट नाही साहेब.. कुठे जायचे आहे नेमके... " ,

" पुढे एखादे गावं असेल तर... तिथे... " ,

" या दिशेने गेलात तर ... जंगल आहे पुढे .... गावं तिथे आहे ... त्या दिशेने ... " त्याचे लक्ष आकाशच्या कॅमेराकडे गेले.

" फोटो काढता का तुम्ही.... " ,

" हो .... " ,

" तरीच .... गावातले वाटतं नाही तुम्ही... शहरातून आलात का... पण इथे कुठे शहर आहे... कुठून आलात नक्की... " ,

" मी फिरत असतो... आता गुजरात मधून आलो. काही दिवसात पाऊस सुरु होईल ना . म्हणून महाराष्ट्रात निघालो आहे. तुम्ही मराठी बोललात ... आता कळलं कि मी कुठे आलो. " आकाश हसून बोलला.

" महाराष्ट्र ना ... अजून वेळ आहे मग..... तुम्ही अजूनही वेशीवर आहेत... मराठी शिकलो मी ....गुजरातीच आहे. येणारे - जाणारे भेटतात तेव्हा त्यांच्याशी गुजरातीमध्ये बोलतो. ",

" मग ..... मला बघून मराठी ..... कसे ओळखले मी मराठी आहे ते ..... " त्याने पुढे येऊन आकाशच्या बॅगला हात लावला. त्यावर चैनला काही अडकवले होते.

" यावरून कळलं .... मराठी आहात ते ... " आकाशचे लक्ष गेलं. सुप्रीने असंच एकदा काही बाही बनवून दिले होते आकाशला. त्याच्या बॅगवर लावण्यासाठी, ते नाही का ... टॅग असतात बॅगवर लावायला. तसेच काहीसं. स्वतः बनवून दिले होते. एक छोटा गणपतीचा फोटो आणि त्याबाजूला " माझा गणू .... माझं आभाळ ... " असे मराठीत लिहून , छान पैकी प्लास्टिकमध्ये सजवून दिलेलं आकाशला. आकाशने अगदी हौशेने ते बॅगला लावले होते. तो गावकरी निघून गेला. पण नकळत त्याने पुन्हा सुप्रीची आठवण जागवली. आकाश तिथेच थांबला मग.

सपाट जागा होती ती. आकाश तिथेच जमिनीवर बसला. तिथे बसून आजूबाजूचे न्याहाळू लागला. सहज आभाळात लक्ष गेले. पावसाचे ढग .... प्रवास सुरु झाला तर... सोबत काही पक्ष्याचे थवे..... जणू पावसासोबत प्रवास करत होते. माझ्या सारखेच आहेत.... त्यांना कुठे घरदार ... फिरत राहायचे ऋतू बदलला कि. काही काळ थांबावे एका ठिकाणी... आणि निघावे. दिवसभर पोटापुरते बघावे .... रात्री आराम.... सकाळी पुन्हा प्रवास. तरी त्या पाखरांना सुप्री सारखी भेटली नसावी. आकाशने कॅमेरा सुरु केला. जाणाऱ्या ढगांचे पटापट फोटो काढले. सुप्रीला हे असे फोटो आवडायचे. एक - एक फोटो बघत होता आकाश.... कॅमेरा मध्ये अचानक सुप्रीचा एक जुना फोटो त्याला दिसला. छान हसायची ना. सुप्री .... माझ्यासोबत तर छानच असायची. ४ वर्ष झाली ना तिला बघून. जातानाही रडतच गेली होती. विसरलो का मी तिची smile .... तिची आठवण तर येते..... अगदी..... तिच्यापासून दूर गेल्यानंतर २-३ महिन्यातच किती मिस केले तिला. तेव्हाच परतून गेलो असतो तर.... अपराधी भावना सारखी मनात... काय वाटलं असेल तिला. कशी react झाली असेल. मला तर विसरली नसेल... समज - गैरसमज

मनात भरून ठेवले नसतील ना तिने. रडत असेल का माझ्या आठवणी काढून. पावसाचे थेंब न थेंब मोजताना मन अगदी रिते होऊन जायचे. आपले ते क्षण आठवतात आणि माझे मन वेडे होऊन तुलाच शोधते. हळूच आठवण येते आणि ओठांवर हसू येते.... पण सोबत तू नसतेस.

दुपार जाऊन कधी गुपचूप पावलांनी संध्याकाळ यायची. दुरूनच गावातील एका झोपडीतून दिसणार मिणमिणता दिवा उगाचच तुझी आठवण करून देयाचा. कोटीच्या कोटी संख्येने असणाऱ्या चांदण्या सुद्धा चंद्राविना आसवेच गाळताना वाटायच्या. तू गेल्यापासून आठवणींचे ओले सण .... अगदी उत्साहाने साजरे केले आहेत माझ्या मनाने. तुला भेटायचा किती तो प्रयन्त..... तरी हे अपराधी मन.... त्याने अडवून ठेवले नेहमीच... किती पळत होतो मी.... त्या पावसामागे... पावसामागे कि स्वतः पासून दूर.... आकाश विचारात गढून गेला. तो विचार करत होता तसेच झाले.... वेळ कसा निघून गेला कळलंच नाही. संध्याकाळ गुपचूप पावलांनी.... आकाशच्या शेजारी , सोबतीला येऊन बसली.

==

" हॅलो ... पूजा .... सुप्रिया बोलते आहे. " सुप्रीचा आवाज ऐकून पूजा आनंदली.

" हा ... बोल बोल सुप्री.... काय बोलतेस " ,

" विचार केला खूप ... यावेसे वाटते ... तरी .. " ,

" तरी काय सुप्री ... मनात काही न ठेवता ये .... आपण आकाशला घेऊन येऊ परत.... ",

" येईल का तो ... कि माझ्यापासून कायमचा दूर गेला आहे तो ... " ,

" असा काही विचार करू नकोस... आकाशला मी लहानपणापासून ओळखते. "
,

" चालेल .. मी येते मग ... कधी निघायाचे... " पूजाला आनंद झाला.

" एक काम कर ... तुला मी एक पत्ता पाठवते, तिथे येशील .... माझ्या आजीचे घर आहे. जास्त दूर नाही. तिथे आलीस कि पुढल्या प्रवासाची तयारी करू... " ,

" चालेल ... उद्या सकाळी येते ... " सुप्रीने कॉल ठेवून दिला.

" बघ तुला बोलली होती ना .... सुप्री तयार होणार.... " पूजा आनंदात कादंबरीला सांगत होती. कादंबरीला बरे वाटले.

" पण आकाश... त्याच काय... " पूजाने कादंबरीच्या तोंडावर हात ठेवला.

" शू !!! ... पुढे काही बोलू नकोस... होईल ठीक सर्व... "

पुढल्या दिवशी सकाळीच सुप्री पूजाकडे आली. " कोण गं ही .... " आजीने विचारलं. " मैत्रिण आहे... " पूजाने सुप्रीच्या खांद्यावर हात ठेवला. आजीचे लक्ष सुप्रीच्या बॅगकडे गेलं.

" काय गं पोरी... तुलाही सवय आहे वाटते भटकायची. " ,

" नाही आजी.... पूजा सोबत फिरायला जायचे आहे काही दिवस.. " ,

" काही दिवसच जा .... नाहीतर या दोघी वर्षभराने येतात... " आजी हसत म्हणाली.

" ये ... आतमध्ये ये सुप्री... by the way.... तुला चालेल ना सुप्री बोलले तर .... डब्बू बोलतो ना तुला सुप्री... ",

" चालेल ना .. त्यात काय... " कादंबरीनेही तिला येऊन मिठी मारली. पुढे काय मग .... तिघींच्या गप्पा-गोष्टी सुरु झाल्या. मध्ये मध्ये आजी यायची, तीही मध्ये सामील होयाची त्यामध्ये.

दुपारची जेवणे झाली. कादंबरी सवयीनुसार , कॅमेरा घेऊन निघून गेली. पूजा त्याच ठिकाणी येऊन बसलेली, घराच्या मागच्या बाजूला. सुप्री आली काही वेळाने तिथे. तिची चाहूल लागली पूजाला.

" ये सुप्री ... बस ... " तिलाही आवडली ती जागा.

" किती छान वाटतं ना .... शांतता आहे इथे " ... सुप्री बोलली.

" हो ना ... मला आवडते हि जागा... माझ्या लहानपणीची आवडीची जागा.. आईसोबत यायची ना इथे ... तो बघ समोर ... माझा झोपाळा... " सुप्रीने समोर बघितलं. एका झाडाच्या फांदीवर एका लाकडी झोपाळा दिसला तिला.

" तेव्हा ३-४ वर्षांची असेन मी... आजीनेच बांधला होता झोपाळा... तेव्हा कोणी नसायचे खेळायला ... एकटीच... मग हा सोबती झालेला .... म्हटलंस तर दिवसभर या झोपाळ्यावर खेळायचे... मी इथेच रमायची जास्त... ",

" म्हणून आता भटकत असते का ... " सुप्री मधेच बोलली. पूजाला हसू आलं.

" हे समोरचे अंगण आणि मागेच हे असे छोटे जंगल....आजीला आवड या सर्वांची.... त्यातून निसर्गाचे वेड निर्माण झाले. भटकंती बाबत बोलते तर ... त्याचे कारण एकच... आकाश... डब्बू... ",

" मग घरी का जात नाहीस ... आई-वडिलांना भेटायला. ",

" जावेसे वाटायला हवे ना .... हे माझे हक्काचे घर... कधीही येऊ शकते इथे.... तुला माहित आहे का , माझ्या वडिलांनी .... हे घर विकायला काढले होते. आजीला त्या घरी घेऊन जायचे ठरले. मीच थांबवले. तेव्हा तर वडिलांशी भांडली होती. विकले असते तर माझ्या बालपणीच्या आठवणी कायमच्या गमावून बसले असते. तो झोपाळा ... पुन्हा कोणी बांधून दिला असता मला. " पूजा स्वतःशीच हसली आणि त्या झोपाळ्याजवळ आली.

झोपाळा वाऱ्यासोबत झुलत होता. पूजाने त्यावर मायेने हात फिरवला. " इथे आली कि जाणीव होते , मी माणूस आहे याची.... आमचा ग्रुप , त्यात असलेली ८-१० डोकी .... हि आजी आणि कादंबरी..... इतकीच काय ती माणसांची ओळख .... ",

" आकाश ..... तो राहिला कि... " सुप्री पुन्हा मध्ये बोलली.

" डब्बू ...... हाहाहा .... तो कुठे माणूस आहे ... पाऊस आहे तो ... प्रत्येकाला वेगळा भासतो.. तुला काय वाटते त्याकडे बघून .... " त्यावर मात्र सुप्री काही बोलली नाही. डोळ्यावरचा चष्मा बोटांनी सरळ केला.

" आकाश ... तो त्याच्या नावासारखा होता माझ्यासाठी.... किंबहुना आहे अजूनही. आभाळासारखा भासतो तो... पाऊस बोलतेस ना त्याला...तुला माहित आहे का , तो ना मला पाऊस बोलतो .. वेडा मुलगा ..... त्याची आई त्याला उधाणलेला वारा बोलते... पण तो आभाळच आहे ... माझ्या आयुष्यावर भरून राहिलेला " यावेळेस तिच्या डोळ्यातून एक थेंब त्या लाकडी झोपाळ्यावर पडला. चट्कन सुप्रीने ते आसू पुसून टाकले. पूजाने पाहिलं ते.

" मी आधीही छान असायचे. माणूस म्हटलं कि सुख-दुःख आलेच. दुःखच जास्त असतात. आणि आकाश बोलायचा, दुःख असली तरच सुखाची किंमत कळते. माझं कसं , संजना असायची सोबत.... अगदी बालपणापासून तिची सोबत आहे.... शाळा - कॉलेज , जॉब सर्व एकत्र केले आम्ही. तशी मी घरात लाडकी.... जे मागितले ते लगेचच मिळत गेले. त्यामुळे आपल्याला जे हवे ते मिळतेच , अशी धारणा झालेली. शाळेमध्ये, प्रेम करण्याच्या वयात प्रेम झाले. ते अगदी कॉलेज संपेपर्यंत होते सोबत... तिथेही तशीच धारणा ... आपले प्रेम - आपल्या साठीच तो ... हेच मनात . पण जेव्हा ब्रेकअप झाला तेव्हा खऱ्या दुःखाची जाणीव झाली. माझा स्वभाव हसरा , त्यामुळे कितीही दुःखी असली तरी चेहरा कायम हसरा. ते कुठून शिकले ते आठवत नाही. पण वाईट वाटायचे आतून. संजनाला सुद्धा माहित नव्हते, तिला कधी सांगितले नाहीच मी. का सांगावे, माझ्यामुळे तिला

का दुःखी करू, कधी त्याची जास्तच आठवण झाली कि एकटीच जाऊन बसायचे कुठेतरी.... हि सवयच लागली होती मला. मनात इतके दुःख भरून राहिले होते कि सतत negative विचार यायचे मनात. पण काय करणार , जशी life सुरु होती तीच आवडायला लागली होती, त्यातच मी खूष होते. मग अचानक , आकाश आला life मध्ये... आधी तो आवडायचा नाही.... आमच्या शेजारीच त्याचे ऑफिस... मीच जायचे बोलायला.. हा कधीच बोलायचा नाही... फक्त मैत्री केलेली मी ... का ... तर ... तो त्या ' फेमस फोटोग्राफर आकाश ' ला ओळखायचा म्हणून मैत्री.... सुरुवातीला मला माहीतच नव्हते कि हा तोच आकाश आहे... " सुप्री सांगत होती तशी पूजाला गंमत वाटत होती.

" एकदा आमची पिकनिक गेलेली , वाट चुकलो जंगलात... तेव्हा सुद्धा हा अचानक पावसात भेट झाली.... कदाचित गणूच्या मनात होते आमची भेट व्हावी.... आम्हाला वाट दाखवायला आला आणि आमचा ग्रुप लीडर कधी झाला कळलंच नाही. मी किती त्रास देयाची त्याला .... माझा वेडेपणा खपवून घेतला पूर्ण प्रवासात त्याने... पण त्याच्याशी बोलणे आवडायचे... फार कमी बोलायचा पण छान बोलायचा. समजावयाचा. मी त्या प्रवासात सुद्धा कधी कधी एकटी जाऊन बसायची. हा यायचा मागे मागे...तरी छान वाटायचे तो काळजी करतो ते ... तो सोबत असणे छान वाटायचे..... इतकी काळजी घेतली होती त्याने... आठवते सारे... एका ठिकाणी त्याने त्याची खरी ओळख सांगितली होती. म्हणजे तेव्हा तर इतका आनंद ..... काय करावे हेच कळत नव्हते. तेव्हापासूनच तो मनात भरला होता. त्याच्यामुळे जुने सारे विसरून नव्याने सुरवात केली. नंतर चे सारेच दिवस आनंदात होते... पण जेव्हा वाटलं कि आपल्यामुळे तो असा अडकून पडला आहे... तेव्हा वाटले त्याला त्याचे आयुष्य जगता यावे .... " सुप्रीचा आवाज दाटला होता.

पूजाने सुप्रीच्या खांद्यावर हात ठेवला. " आठवणी अश्याच असतात. आकाश तर बघ कसा ... माणसात राहून सुद्धा वेगळा असा तो ... मला तर आठवतो तो अबोल आकाश.. कोणाशी न बोलणे ना बघणे... आपल्याच जगात राहणारा .... त्याच्या आईवर जास्त प्रेम त्याचे... तरीही तिच्याशी किती कमी बोलायचा. लोकांना वेड लावणारी फोटोग्राफी.... पण कधी स्वतःचा फोटो काढला नाही कि लोकांसमोर आला नाही. आम्ही जायचो ना दोघेच... त्यावेळेची आठवण , आम्ही शनिवार - रविवार जायचो. जास्त करून तोच जायचा... आवड ना फोटोग्राफीची. दोन दिवस

फिरणे झाले कि पुन्हा तीच रुटीन लाईफ. माझ्या घरी असे फिरणे पसंद नव्हते. तरी आकाश साठी जायचे. त्याची सोबत आवडायची. हवीहवीशी वाटायची. प्रेम तर होतेच त्यावर पण त्याने कधी कोणत्या बंधनात अडकू नये असे वाटायचे. मनातलं सांगितलं नाही कधी त्याला... कारण होते तसेच. आम्ही मित्र म्हणूनच छान होतो. त्याचा स्वभाव मी जाणून होते. तरी त्याने आता जे केले , त्यासाठी मी नाखूष आहे. तुला असे सोडून जाणे ठीक नव्हते. "

या दोघींच्या गप्पा सुरु होत्या... किती वेळ झाला. संध्याकाळ सुद्धा झाली. कादंबरी आली तेव्हा त्यांना कळलं.

" काय मग ... झाल्या का गप्पा-टप्पा .... " कादंबरीने आल्या आल्याचं सुरु केले.

" आली .... वेडी माणसं आली. " ,

" हो .... आहेच मी वेडी... तुला काय त्याचे.. पण गप्पा मारताना आजूबाजूचा परिसर तरी पाहावा माणसाने... " कादंबरी बोलता बोलता पुढे आली आणि समोरच्या आभाळाचा छानसा फोटो काढला. तेव्हा या दोघीचे लक्ष समोर गेले.

संध्याकाळ होती ती. सूर्यास्त जवळ होता. त्यात पावसाच्या ढगांची वाटचाल सुरु होती. काळे-पांढरे ढग.... हातात हात गुंफून निघाले असावेत. सोबतीला घरी परतणारे पक्षी होतेच. मावळणारा सूर्य मधेच आपले अस्तित्व दाखवत होता. मावळतीचा रंग त्या ढगांवर पसरत चालला होता. गुलाबी, राखाडी, मातकट, काळा , नारंगी, मधेच शुभ्र ... असे रंग विखुरले होते. हिवाळ्यातली संधी-छाया जणू अवतरली होती. सोबतीला असणारा थंड वारा... शहारून जात होते अंग....

" किती सुंदर !! " सुप्री मोहात पडली. " तुलाही किती सुंदर फोटो काढता येतात... कुठे शिकलीस ... " सुप्रीने कादंबरीला विचारलं.

" तुमच्या आकाश कडून .... i mean ... त्याने शिकवले नाही... तरी त्याचे फोटो बघूनच शिकले.... हे असे देखावे... ते कुठे आणि कसे पाहावेत... हे नकळत का होईना ... त्याच्याकडून शिकली. " कादंबरी बोलत होती तशी सुप्रीला आकाशची आठवण आणखीच येत होती.

" काय वाटते पूजा ... आकाश ऐकेल का माझे.. " सुप्री खुप वेळाने बोलली.

" येणार तो .... नक्की येणार .... आणि आता तर त्याला यावेच लागेल... " पूजाने सुप्रीला मिठी मारली.

==

" काय मग !! झाली का सकाळ ... " आकाशने सुप्रीला विचारलं. अजूनही आळसावलेली... जांभया देतं होती.

" किती आळस तो ... ती संजना बघ.... तयार होऊन गेली सुद्धा... " संजनाचे नाव ऐकले तशी खडबडून जागी झाली ती.

" कुठे गेली संजू... " ,

" फिरायला ... बघ जरा डोळे उघडून ... बाकी सर्वच फिरायला गेले. " सुप्री डोळे चोळत जागी झाली. प्रत्येक तंबूत जाऊन पाहिलं. खरंच कोणी नव्हते.

" बघ रे गणू .... गरिबाला सोडून गेले सर्व. " आकाश हसू लागला. " पण मग तू का राहिलास मागे.... " सुप्रीने आकाशला विचारलं.

" जास्त दूर नाही गेले... इथेच जवळपास गेले आहेत. त्यात तू दिसली नाहीस.... म्हणून समजून गेलो कि मॅडमची झोप झाली नसेल. त्यासाठी इथेच.... तुमच्या तंबू बाहेरच बसून होतो. पहारा देत होतो. " ,

" बाई बाई !! किती ते प्रेम ... " सुप्रीने आकाशचा गालगुच्च्या घेतला.

" तरी .... ते गेले फिरायला.. माझ्यामुळे तू मागे राहिलास ..... सॉरी !! " ,

" त्यात काय सॉरी बोलते वेडू .... ते जाऊ दे फिरायला .. आपण वेगळे असे काही छान बघू... चल ... " आकाश असे काही बोलला कि नक्कीच काही छानच असणार हे नक्की. सुप्री लगेच तयार झाली. " मॅडम , डोळे बंद करा हा ... आणि अजिबात डोळे उघडू नकोस....... मी सांगीन तेव्हाच डोळे उघड.... " सुप्रीने आकाशचा हात घट्ट पकडला होता.

आपण डोंगर चढत आहोत हे मात्र सुप्रीला कळत होते. पुढची १०-१५ मिनिटे डोळे बंद करून चालल्यावर ते एका ठिकाणी थांबले. " हम्म ... आता हळू हळू डोळे उघड. " सुप्री अजूनही डोळे बंद करून होती. छान हवा वाहत होती. जाणवत होते तिला. डोळे किलकिले करत उघडले. हे दोघे एका उंच जागी उभे होते.

समोर एक लहानशी टेकडी होती. अजूनही नुसती चाहूल लागली होती पावसाची. अधून मधून पडणाऱ्या पावसाने समोरची टेकडी बऱ्यापैकी हिरवी झाली होती. हिरवळ नुसती, गवत असावे ते. ते असते ना कंबरेइतके गवत , तसंच काहीस. येणाऱ्या वाऱ्यासोबत एका विशिष्ठ लयीत डुलत होते ते गवत. टेकडी खाली दूरवर

पसरलेली शेतं, नांगरून ठेवलेली शेतं, लालसर मातीची शेतं..... एक-दोन शेतात अजूनही बैल-नांगर दिसत होते. उरलेली कामे.... दूरवर एक अस्पष्ट नदी दिसत होती. हे सर्व पाहत असताना , वाऱ्याचा वेग क्षणभरात वाढला. आकाशने सुप्रीला एका दिशेने पाहायला सांगितले. सुप्रीचे त्याकडे लक्ष गेले. ढगांची सेना चालून येतं होती. काळे -पांढरे ढग. इतक्या खाली असतात का हे ढग.... सुप्रीच्या मनात पट्कन विचार येऊन गेला. दूरवर असलेले ढग , काही वेळातच त्या टेकडीपाशी आले. त्यातल्या त्यात एक मोठा असलेला ढग , त्या टेकडीच्या माथ्याशी अडकून पडला. लगोलग ... त्याच्या मागे असलेले ढग सुद्धा तिथे अडकून बसले. बघता बघता , एक वेगळ्याच प्रकारचा "ट्राफिक जॅम" झाला तिथे. सर्वत्र काळे-पांढरे ढग... एकमेकांत अडकलेले.. त्या टेकडीचा फक्त माथा दिसावा असेच काही होते समोर. वाहणाऱ्या नदीच्या पात्रात एखादा खडक तग धरून राहावा असंच तो टेकडीचा माथा भासत होता. सुप्री शहारून गेली. काही वेळाने बोचरा वारा आणखी थंड झाला. त्यात पाण्याचे थेंब मिसळले होते ना. " बघ ... सुप्री, पावसाची तयारी अशी सुरु होते. कुठून कुठून ढग येतात...... या अश्या डोंगररांगाना कवेत घेण्यासाठी... ... " आकाश भारावून बोलत होता. सुप्रीनेही त्याला कवेत घेतले आणि दोघे मिळून ते दृश्य न्याहाळू लागले.

आकाशला आठवलं सारे. आजही तो तसाच बसून प्रवास करणारे ढग न्याहाळत होता. काल थांबलेल्या ठिकाणीच होता, आजही. अंगात जरा कणकण जाणवत होती. त्याच्यासोबतीला काळजी करणारे नव्हते ना. त्यामुळे जेव्हा जेव्हा एखाद्या गावात जायचा, तिथूनच जास्तीचं औषध-पाणी घेऊन ठेवायचा. आताही औषध घेऊन आराम करत होता. उष्णता जाणवत नव्हती, कारण पावसाचे ढग.... पावसाचे वारे..., कसं चट्कन बदलते ना वातावरण. विचार करता करता रंग बदलतात निसर्गाचे... रस्ते , पायवाटा त्याचं राहतात .... माणसं बदलतात. आपणही बदललो आहोत का .... नाही.... पण आता बदलावे लागेल... काही गोष्टीसाठी.... निदान सुप्रीसाठी.... बदलावे ... या ढगांसारखे.... त्यांनाही बदलावे लागते ना ... नाहीतर पांढऱ्या शुभ्र ढगांना काय किंमत .... बरसणाऱ्या ढगांमुळे जीवन फुलते .... काळे ढगच सर्वांना हवे असतात .. विजेचा कडकडाट नाही....

==

आज सकाळीच .... सुप्री , पूजा आणि कादंबरीने त्यांचे सामान भरले. " आजी ... !! येते गं ... " कादंबरीने आजीला मिठी मारली.

" आता कधी येणार .... थेट पुढच्यावर्षी ना .... ",

" हि पूजा ... तिला सांग... तिला सारखी बोलत असते ... आजी कडे जाऊ .... आजी कडे जाऊ.... ऐकतच नाही . " तसा पूजाने कादंबरीला चिमटा काढला.

" आई गं .... !! " कादंबरी कळवळली.

" किती खडूस , कुचकी .... बघितलं ना आजी... कशी वागते माझ्यासोबत.... " सुप्रीला हसू आले ते बघून. आपणही असेच बोलायचो , वागायचो. आकाश निघून गेला आणि आपणच अबोल झालो.

" चला .... निघा ..... असे बोलत नाही, तरी या परत म्हातारीची आठवण झाली कि. " या तिघी आजीचा निरोप घेऊन निघाल्या. चालता चालता , बोलता बोलता ठरलेल्या ठिकाणी येऊन पोहोचल्या.

" इथे थांबूया ... " पूजाने बॅग खाली ठेवली.

" इथे का ... " सुप्रीचा प्रश्न.

" आमचा ग्रुप यायचा असतो ना. आम्ही सर्व , या काळात शहरात येतो काही दिवसासाठी. " कादंबरी पट्कन बोलून गेली.

" हो , आमच्या ग्रुपमधले बरेच जण आपापल्या घरी जाऊन येतात. काही वस्तू पाहिजे असतील तर येतात, आम्ही दोघी आजीसाठी येतो, हि पागल ... माझ्या घरी जाऊन येते. " ,

" आणि आकाश.... त्याला भेटावे असे वाटतं नाही का कधी... " सुप्रीने लगेच विचारलं. तोपर्यंत कादंबरीने तिचे सामान खाली ठेवून , जरा पुढे कॅमेरा घेऊन निघून गेली.

" जेव्हा जेव्हा आजीला भेटायला येते ना ... तेव्हा तेव्हा येते मनात कि आकाशला जाऊन भेटू... पण मन तयार होतं नाही. " ,

" का गं ? " सुप्री...

" आपण इथेच बसू जरा ... " पूजा तिथे असलेल्या एका झाडाखाली जाऊन बसली. सुप्री तिच्या शेजारीच बसली.

" आता सांग ... काय कारण होते ... आकाशला न भेटण्याचे... " सुप्रीला उत्सुकता.

" आकाश ना ... कधी कोणाला कळलाच नाही. तुला बोलली ना , जास्त बोलायचा नाही. अबोल काहीसा. त्याच्या मनात काय सुरू असायचे हे त्यालाच माहित. पण जेव्हा बोलायचा तेव्हा छान असायचे ते. आम्ही रोज रात्री भेटायचो. रात्रीचे जेवण झाले कि पाय मोकळे करायला यायचा. तेव्हा सुद्धा फार कमी गप्पा असायच्या. नुसते चालणे आणि चालणे. " ,

" कधी बोलायचा मग तो ... " सुप्रीला गंमत वाटली.

" त्याच्या मनात असेल ना तेव्हाच... त्याला हा निसर्ग जास्त जवळचा. तिथे गेलो ना कि स्वारी खुश... !! आनंद दिसायचा त्याच्या चेहऱ्यावर... " पूजा छान आठवणीत रमली होती.

" तुम्ही रोज जायचा का ... म्हणजे दर शनिवार - रविवार... " ,

" नाही. तो सुरुवातीला जॉब करायचा ना ... " ,

" आकाश तेव्हा जॉब करायचा ... ?? " ,

" हो ... प्रोग्रामिंग शिकलेला..... २-३ महिने केला जॉब ... नाही जमलं त्याला. सोडून दिला .... पण फोटोग्राफीचे वेड सुरुवातीपासूनच... ते मात्र त्याने जोपासलं. त्याचे घरी सगळेच कमावणारे. त्यामुळे जॉब सोडून घरी बसला तर काहीच फरक पडला नाही कोणाला. तोच जायचा फिरायला. आठवड्यात २-३ दिवस तरी..... मग शनिवार - रविवार ... मला काही काम नसेल तर मीही जायचे. मीच बोलली होती , मीही येईन फिरायला. तेव्हा आमचे भटकणे सुरु झाले. जास्त दूर नाही जायचो. ठिकाण सुद्धा आकाश ठरवायचा. आणि पावसातली आमची काही ठिकाणे ठरलेली होती..... तिथे जायचो दरवर्षी न चुकता.... आदल्या दिवशी सांगायचा. तशी मी तयारी करायचे. दोघांचे वेगवेगळे तंबू असायचे. मी कॅमरा खूप नंतर घेतला. त्यावेळेस त्याचाच कॅमरा वापरायचे. किती फिरायचो आम्ही... तुला सांगते ना ... आकाशचा स्टॅमिना कमाल आहे अगदी. त्याला बघून बोलणार नाही कोणी, हा माणूस इतका प्रवास करू शकतो... न थांबता. माझी तर दमशाक व्हायची. रविवार संध्याकाळी घरी आले कि पाय दुखायचे नुसते. आणि हा साहेब .... घरी सामान ठेवून पुन्हा समुद्र किनारी जायचा .... तुला तर असेल अनुभव त्याचा..... " , पूजाने सुप्रीला विचारलं .

" हो ना.... आम्ही जायचो ना आधी फिरायला. नुसता पुढे पुढे पळायचा. मग मीच आयडिया केली, मुद्दाम हळूहळू चालायचे. तेव्हा त्याला कळलं, तोही माझ्यासोबत हळू हळू चालायला लागला. तरी तो बोलते ते बरोबर .... थकत नाही तो .... कितीही चालू शकतो. " सुप्री बोलत असताना , ग्रुपमधली आणखी काही माणसे आली. पूजाने सुप्रीची ओळख करून दिली.

" आले का सारे ... " सुप्रीने विचारलं.

" नाही ... अजून एक-दोघे यायचे आहेत. " ,

" ते आले कि निघणार का ... " सुप्रीला किती घाई झालेली ते पूजाला कळलं.

" बस येईल ना आपली.. ती आली कि निघणार... " ,

" बसने जातात का तुम्ही... " ,

" नाही .... शहराबाहेर गेलो कि उतरतो ... आणि यावेळेस आपल्याला वेगळ्या वाटेने जावे लागणार आहे... त्या आकाश नावाच्या ट्रेनला पकडायचे आहे ना ... नाहीतर आपण जाऊ आणि त्याची पायांची गाडी सुटली असेल " पूजाच्या या वाक्यावर सुप्री हसू लागली.

पुन्हा दोघी खाली बसल्या. कादंबरीची फोटोग्राफी संपत नव्हती.

" हे कधी भेटले तुम्हाला .... हा ग्रुप... आपण आधी भेटलो होतो तेव्हा सांगितले होतेस ... पुन्हा सांगतेस का ... " ,

" हो .... आम्ही तेव्हा दोघेच गेलो होतो फिरायला. शनिवार होता एवढे आठवते. सकाळ सकाळीच हा ग्रुप आलेला. तेव्हा फक्त ५ जणांचा ग्रुप होता. आता १२ जण आहोत. त्यावेळेस एक वाट चुकले आणि चुकत चुकत आमच्या पर्यंत पोहोचले. आकाशला तसही कोणाला नाही बोलता येत नाही. आणि त्याला हे जिप्सी लोकांचे फिरणे चांगले ठाऊक... त्यामुळे त्यांना त्यांच्या जागी पोहोचवायचे ठरले. प्रॉब्लेम एकच , आम्ही २ दिवसांसाठी घरातून बाहेर पडलो होतो. पण आकाश होता , तर काय घाबरायचे.... त्याच्यावर विश्वास होता म्हणून मी माझी पहिली वहिली भटकंती करू शकले. पुढल्या ५ दिवसात आम्ही त्यांच्या जागी पोहोचलो. तो तसा प्रवास मात्र आकाशला खूप आवडला. आकाशने निघताना त्यांच्याकडून पूर्ण माहिती काढली. एका विशिष्ठ दिवसात ते शहरात येतात , हे सुद्धा कळलं त्याला. पुढच्याच महिन्यात ते शहरात येणार होते. डब्बू तर डब्बूच.... तो तयारच होता... ते आले तसा हा सुद्धा गेला त्याच्यासोबत. १५ दिवसांनी आलेला घरी. ज्या दिवशी आलेला ना ... त्या रात्री किती बोलत होता, त्याने काढलेले फोटो दाखवले... कदाचित तोच क्षण !! फोटोग्राफीची व्याख्या बदलून टाकली त्याने. मीच सांगितले त्याला कि हे फोटो दाखव कोणाला तरी. एका मॅगझीन ला पाहिजे होता फोटोग्राफर , wild india ... आवडले फोटो... लगेचच ठेवून घेतलं जॉबला. झालं मग .... सोमवार ते शुक्रवार .... फिरत राहायचा. शनिवारी माझ्यासाठी यायचा. मग आम्ही जायचो २ दिवस. या ग्रुप सोबत सुद्धा ३-४ वेळा फिरणे झाले. मीही होते. तेव्हाच ठरले कि शहर सोडून हि life जगावी. आकाशने सपोर्ट केला म्हणून मी हे पाऊल उचलले. तशी या ग्रुपसोबत ओळख झाली होती. लगेच घेतले मला ग्रुपमध्ये. नंतर २ वर्ष होता आकाश ग्रुप सोबत. छानच होती त्याची सोबत... पण त्याला जेव्हा वाटले कि आपण यात अडकतो आहे ... तसे सांगून सोडून गेला. वाईट तर वाटले होते. तरी त्याचा स्वभाव ... मीही थांबवू शकले नसते आणि तो थांबला हि नसता... " पूजा आठवणीत रमली.

" तुझ्यामुळे तो बोलू लागला.. तू फरक केलास त्याच्या स्वभावात... सांगावे तर तुझ्यामुळे तो माणसात आला... ",

" आणि माझ्यामुळेच माणसापासून दूर गेला. " सुप्री पटकन बोलून गेली.

" नाही ग ... आणि तसे कधी मनात आणूही नकोस .... मलाही हेच वाटायचे कि त्याला मी भेटायला गेले तर आवडेल कि नाही ... म्हणून त्याची भेट टाळायची मी... हे कारण.. आणि हो .... डब्बूला आठवण येतं असेल तुझी .. ",

" मला तर येते ... त्याचे माहित नाही... ",

" डब्बू ना असाच आहे ... सर्वांची काळजी असते त्याला ... करतो काळजी.... पण कधी बोलून दाखवत नाही इतकंच ... " बोलता बोलता उरलेली माणसं आली.

" चला मग .... निघूया ... " पूजाने बॅग लावली पाठीवर. कादंबरी आली. सर्व एकत्र जमले. सुप्रीची पुन्हा ओळख करून दिली तिने.

" आपली बस आली कि निघालो आपण " कादंबरी बोलली.

" पूजा ... एक सांग ... " सुप्रीने विचारलं.

" नक्की कुठे निघालो आहोत आपण ... तू बोलली ना .. त्याचे एक ठिकाण ठरलेले आहे.... पावसात ... ",

" म्हणजे बघ .... तुलाही इतकी वर्ष त्याने समजू दिले नाही. ",

" काय ते ... ",

" आमच्या दोघांची पहिली भटकंती.. सांगावे तर आम्ही पहिल्यांदा पावसात गेलो होतो ते ठिकाण .... राजमाची ... ",

" wow !! " कादंबरी आनंदाने ओरडली.

" ११ जून .... तोच दिवस.... दरवर्षी तो याच तारखेला तिथे असतो.. एकटाच... ",

" असे का ... ",

" कारण एकच .... त्याच दिवशी आमच्या .... किंबहुना त्याच्या भटकंतीला सुरुवात झालेली.... तर तो दिवस ... खूप मानतो तो ... त्या दिवशी जातोच तिथे तो ... तुम्ही इतकी वर्ष फिरत होता , तुला एकदाही घेऊन गेला नसेल ना ... ",

" नाही ... कधी गेलो फिरायला तर पावसाआधी .... आम्ही पावसात जायचो ते जून अर्धा संपल्या नंतर ... जून महिन्याच्या शेवटी बोलली तरी चालेल... तेव्हा फिरायचो पावसात. हा पण , कधी कधी एकटा जायचा ... मी विचारले नाही कधी त्याला... शिवाय २ वर्ष जेव्हा शहरात होता, तेव्हाही गुपचूप जाऊन यायचा हा... मला न सांगता. एकटाच... तिथे जायचा तर ... पण सांग मला ..... राजमाची

एवढ्या दूर आहे का ... कारण ११ जून यायला तसा तर अर्धा महिना बाकी आहे. " सुप्रीचा प्रश्न.

" नाही .... दूर नाही. पण डब्बू थेट जातं नाही तिथे.. काही ठिकाणावर थांबून थांबून जातो ... आम्ही २ वर्ष असेच फिरायचो ना ... तेव्हा माहित मला हे त्याचे गुपित. ... तर पहिले ठिकाण नाशिक ... तिथे एका देवीचा उत्सव असतो .. ते त्याचे पहिले ठिकाण.. तिथं पोहोचायला पाहिजे लवकर म्हणून निघालो... तिथेच भेटला तर आकाश ... शिवाय आपण पायी प्रवास करणार आहोत... वेळ तर लागेलच ना... " पूजाला सुप्रीची घाई बघून हसू आलं. बस आली. सर्वच आपापल्या जागी जाऊन बसले.

" सुप्री ... तू इथे बस .... आम्ही तुझ्या मागच्या सीट वर आहोत. काही लागलं तर सांग. " पूजाने सुप्रीसाठी जागा निवडली.

" if you don't mind.... मी मागे जाऊन बसू का ..... इतक्या वर्षांनी प्रवास करते आहे ... so , ... आठवणी ..... " ,

" हो हो .. तुला पाहिजे तिथे बसू शकतेस ....आपले ठिकाण आले कि सांगते... तोपर्यंत कोणी डिस्टर्ब करणार नाही तुला... " पूजा तिच्या जागेवर बसली.

सुप्रीने तिचे सामान घेतले. सर्वात मागची खिडकीजवळची जागा पकडली. हळूहळू बसने वेग घेतला. दुपारची वेळ, तरी दुपार वाटत नव्हती. कारण आभाळात प्रवास करणारे ढग होते. मे महिन्याची अखेर होती. त्यामुळे सर्वच ढगांची धावपळ सुरु होती. सुप्रीला गंमत वाटली. आकाशची आठवण आली. इतक्या वर्षांनी प्रवास ... तोही आकाश शिवाय, भरून आले तिला. आकाशचा "खांदा" मिस करत होती. डोळ्यावरला चष्मा हळूच सरळ केला तिने. अश्या प्रवासात नेहमीच ती , आकाशच्या हक्काच्या खांद्यावर डोके ठेवून , ती खिडकी बाहेरील जग न्याहाळत असायची.

अचानक तिचे लक्ष , आभाळात उंचच उंच उडत असलेल्या पक्षांच्या एका मोठ्या थव्याकडे गेले. किती मोठा थवा !!!

" सुप्री !! " पूजाने सुप्रीला हाक मारली. " बघते आहेस ना ....सर्वांना वाटते कि पक्षी फक्त हिवाळ्यात प्रवास करतात.... या पक्ष्याचे नाव माहीत नाही मला... पण हे तुझ्या आकाशने दाखवले ... बर का ... " सुप्रीने छान smile दिली. आणि त्याकडे

बघू लागली. किती मोठा थवा होता तो. किती सुंदर... सुप्री कधीची त्याकडेच पाहत होती. ओठांवर हसू आले. हळूच तिने , तिच्या शेजारी असलेली रिकामी सीटकडे पाहिलं. लवकरच येईल शेजारी .... हसली स्वतःशीच.... पुन्हा त्या पक्ष्यांकडे पाहू लागली. हा वारा .... हे काळे ढग ... पक्ष्यांचा थवा ... सर्वच आकाशला भेटायला निघाले आहेत, आमच्या सोबत.... विचार आला तिच्या मनात. बस वेगाने पुढे निघालेली.... पण सुप्रीचे मन .... त्याही पुढे पळत होते.

==

आज दुपारीच आकाशने पुन्हा प्रवासाला सुरुवात केली. त्याला कदाचित पावसाची चाहूल लागलेली. आज त्याने ठरवलंच होते, जेवढे जास्त अंतर पार करता येईल तितके करायचे. कालचा दिवस पूर्ण आराम करण्यात गेलेला ना ... तो भरून काढण्यासाठी. त्यामुळे तो न थांबता चालत होता. मध्ये मध्ये १०-१५ मिनिटांचा ब्रेक घेयाचा, पुन्हा निघायचा. संद्याकाळी झाली तेव्हा कुठे थांबला. त्यामानानं खूप अंतर पार केले. स्वतः वरच खुश झाला. पण एक मोठा प्रश्न. तंबू कुठे लावावा. काही वेळाने रात्र होईल. समोर एक डोंगरकडा. तो होता हि आता एका डोंगरावरच. डोंगर उतरून जावे तर रात्र होईल. शिवाय पुढची वाट माहित नाही. तंबू तर लावला पाहिजेच ना ... असे उघड्यावर झोपणे योग्य नाही. त्यापेक्षा आपण या डोगंराच्या माथ्यावर जाऊ, तिथे रात्रभर थांबता येईल. शिवाय , आता नक्की कुठे आहोत ते माहित नाही... त्यामुळे सकाळी उजाडले कि पुढची वाट ठरवू , असा विचार करत आकाश त्या डोंगर शिखराकडे निघाला. पुढल्या अर्ध्या - पाऊण तासात तो पोहोचला.

बऱ्यापैकी अंधार झालेला , तरी अंधुक प्रकाशात त्याने अनुभवाने एक सपाट जागा शोधली. काळोखात कुठे तंबू उभा करणार. तरी रात्री झोपण्यासाठी लगेच काहीतरी उभे केले त्याने. दुपारी निघताना काही कंदमुळे त्याने भाजून घेतली होती सोबतीला. आज रात्री तेच जेवण... मावळतीच्या सूर्याच्या साक्षीने रात्र झाली. त्यात आज खूप चालणे झालेलं त्याचं. दमलेला... कंदमुळं खात खात विचार सुरु होते डोक्यात. सुप्रीची आठवण येणारच मग.

" तुला रोज कंदमूळं दिली तर चालतील ना ... जेवणात ... " सुप्रीच्या या अश्या अचानक आलेल्या प्रश्नावर आकाशला हसावे कि रडावे , तेच कळेना.

" हे काय खुळ मधेच .... " ,

" असंच ... कधी कधी तुला ऑफिसला उशीर झाला निघायला... तर हे बरं आहे ना.... पट्कन .... कंदमुळं भाजायची किंवा पाण्यात उकळत ठेवायची..... डब्यात भरून दिली कि लगेच निघालास कामाला .... काय .... मस्त आहे ना झटपट रेसेपी. " सुप्रीच्या या बोलण्यावर आकाशने हात जोडले तिला.

" हो हो .... का चालणार नाही ..... आवडेल मला. अगदी रोज दिलीस तरी आनंदाने खाईन.... तुला जेवण बनवता येत नाही तर काय करणार गरीब माणूस.... " आकाश असे बोलला तसे दोघेही हसू लागले.

आकाश ते आठवून हसू लागला. किती त्या आठवणी. मी बोलायचो सुप्रीला ... आठवणी काढू नयेत, आता गेली ४ वर्ष मी तर त्या आठवणीवरच जगतो आहे ना .... आकाशने वर आभाळात पाहिले. ढगांचा प्रवास सुरु होता. त्यात मध्ये मध्ये चांदोबा डोकावत होता. पाऊस पडणार नाही आता तरी थंडावा जाणवतो आहे ना ... किती प्रवास केला गेल्या ४ वर्षात ... दरवर्षी वेगवेगळ्या मार्गाने महाराष्ट्रात आलो... आता काय माहीत कुठे आहे नक्की मी... आणि सुप्री काय करत असेल आता... काय माहित ना .... असो, झोपूया .... उद्या जमलं तर लवकरात लवकर निघू... प्रवासाला सुरुवात करू. असा विचार करत त्याने मनगटावरील घड्याळात ‘अलार्म ’ सेट केला. थकलेला खूप .... लगेच डोळा लागला त्याचा.

गजर ना होताच त्याला पहाटे जाग आली. घड्याळात पाहिले तर सकाळचे ६:३० वाजले होते. जाग कशी आली मला, विचार करत उठून बसला. सभोवती ओळखीची .... धुक्याची चादर... त्यात वारा हळुवारपणे खेळत होता. पाण्यावर लाटा याव्यात तसेच काही भासत होते. एक कमालीची शांतात होती तिथे. वाऱ्याचे नुसते फरफरणे सोबतीला. आकाशची पावलं आपसूकच पुढे जाण्यास वळली. काही पावलं चालून गेल्यावर , एका ठिकाणी " आता थांबावे " असा मनातून वाटलं त्याला. तसा थांबला. डोंगररांगा समोरून खुणावत होत्या. त्याआडून सूर्यदेवाचे आगमन होईल थोड्यावेळाने. आकाश न्याहाळत होता. त्याच्या बरोबर समोर ... काही खूपच .... शुभ्र चादर पसरावी असे होते काही. अरेच्या !! दरी आहे तिथे ना ... तिनेच मस्त पैकी धुक्याची चादर ओढून घोरत पडली आहे... आकाश सुखावला. वाऱ्याच्या बासरी सोबत आता अस्पष्ठ असा आरत्या , भजनांचा आवाज कानी येऊ लागला. नक्कीच खाली एखादे गाव असणार... बघायचा प्रयन्त तरी किती करावा , त्या दाट धुक्यामुळे काहीच दिसणार नव्हते. पूर्वेकडच्या कडा आताशा .... तांबूस - नारंगी होऊ लागल्या होत्या. पावसाचे काळे-पांढरे ढग ... त्या धुक्यात

मिसळून जात होते. एक वेगळीच "भेळ" तयार होतं होती. स्वर्गीय अनुभव !! सुप्रीची आठवण दाटून आली. काही दवबिंदू त्याच्या गालावर पडले आणि ... आणि , खूप वर्षपूर्वी वाचलेली एका कविता नकळत त्याच्या ओठांवर आली.

बूंदों के मोतियों में खुल के अहसास आया ,
वक्त से निकल के लम्हा दिल के पास आया ,
जो के गुजरा था तब दिल को ना महसूस हुआ ,
अब जो देखा तो वो लम्हा दिल को रास आया ,

युँ की तय करना पाऊ ,
दिल की बात मैं हवा के जरिये पहुँचाऊ ,
या खुद हवा पे चकले जाऊ ,
तुमसे प्यार हैं ये खुल के फिर मैं बतलाऊ रे। .....

सुप्रीचा चेहरा आता त्याला त्या धुक्यात दिसतं होता. डोळ्यात पाणी तरळले , सर्व भावना , आठवणी दाटून आल्या. थांबवू शकला नाही स्वतःला , आकाशने हात पसरले आणि मोठयाने ओरडला , " I .... Love .... You .... सुप्री !!! "

त्या डोंगर रांगात काही काळ आवाज घुमत राहिला. आणि धुक्यातचं विरून , विरघळून गेला. एक वेगळेच चैतन्य आलेलं त्याच्या शरीरात. आळस झटकला त्याने. पटापट सामान आवरून निघूया म्हणत त्या धुक्यातून धावतच त्याच्या सामानाकडे पोहोचला. पुढल्या १०-१५ मिनिटात सामान आवरून बॅग तयार झाली. तीच वेळ साधून सूर्यदेवाने entry केली होती. बघता बघता धुक्याचे साम्राज मागे हटू लागले. आकाश त्याची बॅग हातात घेऊन , मघाशी उभ्या असलेल्या जागी पुन्हा येऊन उभा राहिला.

आधीच्या अस्पष्ट दिसणाऱ्या डोंगररांगा आता ठळकपणे , उठून दिसत होत्या. ओळखीच्या रांगा ... आकाशच्या ओठावर हसू अवतरले. सूर्यदेवाची किरणे पसरू लागली आणि धुक्याची चादर दूर होऊ लागली. थोड्या हिरव्या - करड्या रंगाच्या डोंगररांगा.... पायथ्याशी असलेलं मोठे देऊळ.... अगदी तो कातळ कोरून बनवले असावे ते देऊळ.... तिथूनच भजनांचा आवाज येतं होता. दऱ्या-खोऱ्याच्या कवेत पहुडलेली गावं.... .अजूनही निपचित , झोपेत असावीत. त्या गावाच्या पायवाटांवर अजूनही धुक्याचे अस्तित्व होतेच. देवळाजवळच काय ती ... काही

डोकी दिसतं होती. देवळाच्या कळसाचा सोनेरी रंग डोळ्यात भरत होता. त्या शेजारीच असलेला भगव्या रंगाचा झेंडा अभिमानाने वाऱ्यासवे फडफडत होता. त्याच्याच वर असलेल्या डोंगर कड्यावर ... एक इवलसं इंद्रधनू .... आकाशला दिसले. सुंदर !!! ...... मधेच एक पक्षांचा थवा ... त्या सुंदर देखाव्यातून आपली ओळख सांगत निघून गेला. नजर जाईल तिथे हिरवळ .... आभाळात ढग आणि वाहणारा वारा... तुकोबांच्या भजनांचे आवाज .... महाराष्ट्रात पोहोचलो वाटते....आकाशने अंदाज लावला. खरे हि होते ते.... वेशीवर होता अगदी.... आनंदाने डोळे सुरुवातीलाच भरून आलेले .... आता दवबिंदु सोबत गालावरून ओघळत होते. आनंदाचे पाणी डोळ्यात !!!!

" चला ... मिस्टर आकाश... आता खरी भटकंती सुरु झाली, असे म्हणायला हरकत नाही.... " स्वतःशीच बडबडत हसत होता. कॅमेरा बाहेर काढून , त्या निसर्गाचा सुरु असलेल्या सोहळा, त्याने पट्कन कॅमेरात कैद केला. सूर्यदेवाला एका "सलाम" ठोकला. खाली वाकून जमिनीला हात लावला आणि तोच हात छातीशी धरला ..... वाहणारा वारा श्वासात भरून घेतला. बॅग खांदयावर लावली. आणि पुढच्या प्रवासाला निघाला... पावसाला भेटायला .... त्याच्या आवडत्या ठिकाणी.

==

" तुला काय झालं आहे .... काय होतंय नक्की " सुप्रीने आकाशला विचारलं.

" काय म्हणजे ? " आकाश विचारात पडला. सुप्री गाल फुगवून बसलेली. " मी कुठे काय बोललो तुला... " ,

" तेच तर ..... माझ्याकडे हल्ली लक्षच नसते तुझे... सारखा त्या कॅमेराला घेऊन फिरत असतोस... " सुप्रीचा राग खोटा खोटा आहे हे त्याने लगेच ओळखलं.

" अगं पोरी !! त्यानेच तर पोट चालते ना आपले .... पगार मिळतो मला ... एक काम करतो .... मी घरी बसतो, तू जॉब कर ... चालेल ना " आकाश तिच्या उत्तराची वाट बघत होता. सुप्रीला काय बोलावे कळेना.

थोड्यावेळाने बोलली. " हो ... गरिबालाच काम करावे लागणार ना ... काय करणार गरीब माणूस. " आकाशला हसू आलं. मिठीत घेतलं तुला. " नको बाबा ... वापर तुझा कॅमेरा ... घरी बसलास तर हि अशी भटकंती कोण घडवून आणणार. एकतर मी किती गरीब , त्यात मला पायवाटाही कळत नाहीत. एकटी कुठे फिरू मी. त्यापेक्षा तुझा कॅमरा वापर तू... " सुप्रीने आकाशला अजून घट्ट मिठी मारली.

सुप्री आठवणीत हरवून गेली. त्यांच्या बसचा प्रवास संपलेला. समोर एक मोठ्ठ तळे होते. त्या तळ्याकाठी एक जोडपे बघून तिला आकाशची आठवण झाली. शिवाय छान थंड हवा वाहत होती. पावले आपोआप तिथे वळली तिची. सुप्रीला तिथे जाताना पाहून , बाकीचे सुद्धा तिच्या मागोमाग निघाले. सुप्री बॅग खाली ठेवून त्या तळ्यात पाय सोडून बसली. जागाही छानच होती. पूजाने मग तिथेच तंबू लावण्याचा निर्णय घेतला. थोड्यावेळाने , पूजाही तिच्या शेजारी येऊन बसली. तिची चाहूल लागली , तेव्हा कुठे सुप्री भानावर आली. मागे वळून पाहिलं तर सर्वांचे तंबू उभे राहिले होते.

" अरे !! मला सांगायचे तरी ... माझाच तंबू राहिला .. तुम्हाला मदत करायची सुद्धा राहून गेली. " सुप्री बोलता बोलता उभी राहणार इतक्यात पूजाने थांबवलं तिला.

" बस गं ... काही घाई नाही. बस ... बघ , किती शांत जागा आहे हि. ",

" अगं पण तंबू .... " ,

" नको काळजी करूस... आहेत ना एवढे सर्व ... ५ मिनिटात तंबू उभा होईल तुझा .. " सुप्री शांत बसली मग.

तळ्यातील पाण्यावरून येणार वारा अधिक थंड जाणवत होता. सुप्री - पूजा काही न बोलता तश्याच बसून होत्या. सुप्री अजूनही तळ्याच्या दिशेनं पाहत होती. थोड्यावेळाने तिचे लक्ष पूजाकडे गेलं. पूजा तिच्या डायरी मध्ये काहीतरी लिहीत होती.

" कधी पासून लिहितेस... " सुप्रीच्या प्रश्नाने पूजा लिहायची थांबली.

" हि सवय सुद्धा डब्बूचीच... आकाश लिहायचा आधी... जास्त नाही , चारोळी किंवा कविता... जमलं तर एखादा पॅराग्राप लिहायचा .... कधी तरीच हा ... मीही लिहायचे ना कविता , आवडायचे त्याला . त्यानेच प्रोत्साहित केले असे लिहायला. ",

" आकाश कविता करायचा... ?? हे तर नव्याने कळते आहे मला. " सुप्री बोलली.

" थांब .... दाखवते. " पूजा तिची डायरी चाळू लागली. ५-१० मिनिटं शोधल्यानंतर ती एका पानावर थांबली. त्यावर एक कविता लिहिलेली होती. पूजाने त्यावरून बोटे फिरवली. " डब्बू .... डब्बूने लिहिलेली होती हि कविता .... त्याचे अक्षर आहे हे , वाच हि कविता " पूजाने डायरी सुप्रीसमोर धरली.

" तुझ्यात मी ,
माझ्यात तू ,
आणि काय हवं
तू ओथंबून बरसत यावे
अन मी
मंद हसत
तुझ्यात विरून जावं
नभाचं कवाड उघडावं
सरीचा परिमळ पसरावा
अन असा पसरावा
कि अंग अंग थरथरावं
मी स्वतःच परिमळावं
आणि पाऊस मी
आकाश तू व्हावं !! "

सुप्री भारावून गेली कविता वाचून. " तुझ्यासाठी लिहिली होती ना .. " सुप्रीने विचारलं. पूजाच्या चेहऱ्यावर आनंद दिसत होता.

" हो , मी एकदा बोलली होती त्याला , माझ्यासाठी लिही काहीतरी.... त्याच्या कविता , चारोळ्या फक्त पावसावर.... गंमत म्हणून बोलली , त्याने माझ्या हातातून डायरी घेतली आणि लिहून टाकली कविता... एकच ....माझ्यासाठी ..... पहिली आणि शेवटची, मला वाटत नाही ... आठवत हि नाही ... या नंतर त्याने काही लिहिलं असेल ... " पूजा हसून सांगत होती.

==

आकाश आता त्या पायथ्याशी असलेल्या मंदिरात थांबलेला. सांगायचे झालेच तर मंदिरातील लोकांनींच त्याला थांबवलं होते. शहरातून कोणी सहसा अश्या दुर्गम ठिकाणी येत नाही. त्यात याच्याकडे कॅमेरा.... मग काय , किती लाड आकाशचे, आकाश सुद्धा भारावून गेला त्यांच्या प्रेमाने. पण आणखी दिवस थांबणे शक्य नव्हते ना . त्याला नाशिकला निघायचे होते. तिथूनच पुढे असलेल्या गावाकडे निघाला. कारण तिथूनच त्याला पुढे जाण्यासाठी गाडी मिळणार होती. एका ठिकाणी वाट चुकला , त्यामुळे दुसऱ्या गावात उशिराच पोहोचला. गावात काय , शहरात असते तशी गाड्यांची वर्दळ नसते. शिवाय पावसाचे होणारे

आगमन. त्यामुळे एखादी गाडी सुटली कि पुढल्या गाडी साठी ४-५ तास वाट बघावी लागणार हे निश्चित !! तसेच झाले. ५- १० मिनिटांनी त्याची नाशिकच्या दिशेने जाणारी बस सुटली.

" पुढील बस कधी येईल काका ? " तिथेच झाडाखाली उभ्या असलेल्या माणसाला त्याने विचारलं. त्याने आकाशला अगदी पायापासून डोक्यापर्यंत निरखून पाहिलं.

" नवीन का ?? " त्याने विचारलेला प्रश्न आकाशला कळलाच नाही. तो तसाच त्याकडे बघत उभा. " मराठीच आहेस ना बाबा ... " त्याने आकाशला पुन्हा विचारलं.

" हो ... मराठीच आहे , तुमचा प्रश्न कळला नाही. ",

" अरे ... इथे नवीन आहेस का असे विचारलं... ",

" हो हो .... नवीनच आहे.... नाशिकच्या दिशेने निघालो आहे. ती बस गेली ना .. त्याने जायचे होते. पुढील बस कधी येईल .. ",

" पुढील बस ना .... थेट उद्या ... ", आकाशने ते ऐकून डोक्याला हात लावला.

" मलाही जायचे होते , माझीही बस चुकली... " त्याने सांगितलं तस आकाश त्याला निरखून पाहू लागला.

जराशे ... जराशे काय .... पूर्णच मळलेले कपडे. चेहऱ्यावर दाढीची खुंटी वाढलेली. पायाजवळ त्याची मोठी सॅक. एक वॉटर बॅग ... मोठीवाली. पायात तसेच , जागोजागी शिवलेले मळके शूज. आकाश त्याच्या शेजारी बसला. " Hi ... मी आकाश ... " आकाशने हात पुढे केला. त्याने आकाशकडे एक कटाक्ष टाकला. हात न मिळवताच जीन्सच्या पॉकेटमधून सिगारेट काढली. माचीस पेटवून शिलगावली. एक मोठा झुरका हवेत सोडला.

" माझं नावं सलीम " आकाशने बराच वेळ पुढे केलेला हात मागे घेतला. " शहरातला आहेस पक्का ... हे हॅन्डशेक वगैरे .... शहरातल्या सवयी.... मी जात नाही तिथे, त्यामुळे तिथल्या सवयी सुद्धा आवडत नाहीत. ",

" सिगरेट ची सवय काय गावातली आहे का ..... आणि तुमच्या बोलण्या वरून गावातले वाटत नाही तुम्हीही... " आकाश पटकन बोलला , पुन्हा त्याने आकाशकडे रोखून पाहिलं.

" खूप वर्षांपूर्वीच शहर सोडले मी... " त्या वाक्यावर आकाशला स्वतःचाच चेहरा समोर दिसू लागला. तरी त्याने लगेच पुढे विचारलं,

" का ... म्हणजे .... का जात नाही शहरात " सलीम सिगरेट ओढत होता. खूप वेळाने बोलला ...

" तू आहेस कोण ... कुठला...माझ्या शेजारी बसायला दिले तर काय विचारशील त्याचे उत्तर मिळेल असे समजू नकोस... आणि पुढे काही बोलीन छान छान तुझ्याशी , असे मनातही आणू नकोस... " आकाश काय बोलणार त्यावर. गप्प बसून राहिला. अचानक त्याला काहीतरी लक्षात आलं. आपण , असे समोरून कधी स्वतः जातच नाही ना बोलायला कोणाशी. याच्याशी तर स्वतःच बोलायला आलो. आकाशने पुन्हा त्याच्याकडे पाहिलं. स्वतःच्याच विचारात , दूरवर पसरलेल्या शेतांकडे बघत सिगरेटचा आस्वाद घेणारा तो , आपणही असेच होणार का .... हेच आपले भविष्य आहे का ...

आकाश त्याच्याकडे बघत होता हे त्याच्या लक्षात आलं. डोळ्यांनीच त्याने खूण करून " काय ?? " असे आकाशला विचारलं. चपापला आकाश. " काही नाही ... दुसरी व्यवस्था नाही का .... गाडीची... नाशिकला जाण्यासाठी... म .. मी ..... मला निघायचे होते... " आकाशला पहिल्यांदा कोणासमोर बोलायला भीती वाटत होती. सलीमला हसायला आलं.

" घाबरतो कशाला इतका.... मी काय इतका वाईट वाटतो का ... घाबरू नकोस... cool down !! " आकाश शांत झाला.

" मलाही निघायचे आहे.... सिगारेट संपली कि निघू. तोपर्यंत आराम कर... एकत्र निघू , तुला चालेल का माझी सोबत .. काय ना , तू नवीन आहेस इथे... हरवलास तर कुठे जाशील कळणार नाही तुलाच... घाबरू नकोस ... चोर , गुंड वगैरे नाही मी.. " सिगारेटचा आणखी एक झुरका हवेत सोडला सलीमने.

आकाश काही न बोलताच बसून होता. मधेच सलीम कडे बघे, मधेच त्या शेतांकडे पाही. सलिमने आणखी एक सिगारेट पेटवली. हा माणूस काय लवकर निघणार नाही. म्हणत आकाश जागेवरून उठला. कॅमरा बाहेर काढला. मागच्या शेतांचा फोटो काढू , असे मनात म्हणत आकाश समोर चालत गेला.

समोरून तर वेगळेच द्रुश्य दिसत होते. आकाशने पट्कन एक क्लीक केला. सकाळची साधारण ९ - ९:३० ची वेळ, सलीम एका झाडाखाली उभा होता. ते एक मोठे पिंपळाचे झाड होते. डेरेदार अगदी. त्याच्या सावलीतच इतका वेळ

बसून होतो मी... मागच्या बाजूला दूरवर पसरलेली शेतं . पावसाळा सुरु झालेला नव्हता तरी अधूनमधून शिंपडणाऱ्या पावसामुळे शेतात हिरवे हिरवे कोंब दिसू लागलेले. त्यामुळे शेतजमिनी हिरव्या - करड्या दिसत होत्या. शेतीची कामे ... पेरणी झालेली असली तरी शेतात एक - दोन डोकी दिसत होतीच .दूरवर दिसणारे अस्पष्ठ डोंगर... त्यामागून येणाऱ्या काळ्या ढगांमुळे , स्पष्ठ दिसत होते. वारा होताच सोबतीला. इतकं छान.. !! मधेच एखादा पक्षी त्या गर्द वृक्षाच्या पानांतून उडत बाहेर येई , आकाश किती वेळ ते द्रुश्य पाहत होता.

==

दुपार झाली आणि यांची जेवणाची तयारी सुरु झाली. सुप्री होती मदतीला. कादंबरी नव्हतीच जागेवर. पूजा दुसऱ्या ठिकाणी कामात व्यस्त होती. सुप्री पुजाजवळ आली.

" अगं कादंबरी दिसत नाही ती .... आहे कुठे " पूजाने हात धुतले.

" माहित नाही गं ... असेल इथेच .... फोटोग्राफी करत. " पूजा थांबली बोलायची. " तुलाही आवड आहे ना फोटोग्राफीची... गेल्या वेळेस आकाश होता ना सोबत , सांगायचा तेव्हा .... सुप्री छान फोटो काढते ... " ,

" त्याचे बघूनच शिकली ... आणि इतकं हि छान नाही क्लिक करत हा .... उगाचच सांगतो सगळ्यांना.... त्याचाच कॅमेरा वापरायचे. तो तर किती ग्रेट फोटोग्राफर आहे ना ... त्याच्या सोबत चालता चालता हवा लागली त्याचीच , असे म्हणू शकतेस ... " पूजाला किती हसू आलं तिच्या बोलण्यावर.

" कमाल आहे हा तुझा sense of humor.... छानच !! " दोघी हसू लागल्या.

" हि कादंबरी तशीच ... मला भेटण्याआधी पासून फोटोग्राफी करते. तरी आम्ही फिरायला लागलो ना तेव्हा फोटोग्राफी सुधारली तिची. " ,

" पण मॅडम आहेत कुठे आता ? " सुप्री बोलतच होती आणि दूरवरून कादंबरी धावत येताना दिसली.

" तुम्ही दोघी इथे काय करत आहात... चला लवकर " कादंबरीने दोघींचे हात पकडले आणि खेचत घेऊन गेली.

" थांब ... थांब ... !! येतो आहोत आम्ही ... कुठे जायची घाई इतकी... " पूजा ओरडली कादंबरीला तसे तिने दोघींचे हात सोडले. धावत - पळत आलेली. दम लागला होता. जागेवरच बसली.

" कसली म्हणावी तर आवड नाही या मुलीला ... बघते आहेस ना सुप्री ... मी आहे म्हणून फिरतो तरी आम्ही... किती उत्साहात होती मी... सगळी मज्जा

उतरवून टाकली या पोरीने ... " कादंबरीच्या बोलण्याचे हसू आलं सुप्रीला. हसू आवरत तिने विचारलं.

" काय गं पूजा ... किती आनंदात घेऊन जात होती ना ती ..." ,

" हा ... मग जाऊया ना , मी कुठे नाही म्हटलं... आणि ती कुठे नेते आहे तेही माहित आहे मला... " पूजा कादंबरीकडे पाहत म्हणाली.

" कुचकी .... खडूस !!! " कादंबरी मुद्दाम मोठ्याने पुटपुटली.

" जरूर जाऊया , पण आधी जेवून घेऊ , तुला भूक नसेल ... इतरांना भूक लागली आहे. जेवण गरमागरम खाल्ले तर छान लागते ना ... म्हणून बोलते , जेवून घेऊ ... चला ... " कादंबरी फुगून बसलेली. पूजा तिच्या जवळ गेली आणि गालगुच्या घेतला. " चल गं माझे आई .... मला खूप भूक लागली आहे... तुझ्याशिवाय जेवण जात नाही मला, चल गं परी .... " पूजा कादंबरीला लाडीगोडी लावत होती. लटका राग घेऊन कादंबरी निघाली. गळ्यात गळे घालून तिघी जेवायला आल्या.

दुपारची जेवणं झाली. आणि पूजाच बोलली. " चला बाईसाहेब... तुमची स्पेशल जागा आता मीच दाखवते.. " सुप्रीहि निघाली.

" तुला माहित आहे का ... कादंबरीला काय दाखवायचे होते ते... " सुप्रीने पूजाला विचारलं.

" हो ... इथून पुढे एक मंदिर आहे देवीचे ... आपण वरच्या भागात आहोत ना आता ... तिथे जरा खाली आहे मंदिर ... पुढे गेले कि छान दिसते मंदिर ते .. जास्त दूर नाही. उद्या त्या देवीचा उत्सव आहे ना ... लोकांची गर्दी होतं असेल. बरोबर ना ग ... तेच दाखवायचे होते ना .. " पूजाने कादंबरीला विचारलं. तिने जीभ काढत वेडावून दाखवलं.

" म्हणजे आकाश इथंच भेटणार का ... " सुप्रीने आनंदात विचारलं.

" नाही गं ... " पूजा बोलली.

पुढच्या १० मिनिटात ते एका ठिकाणी पोहोचले. समोर , खाली खूप लोकांचा जमाव दिसत होता. सर्वांनी भगवे फेडे डोक्याला बांधले होते. काही लोकांकडे ढोलकी होत्या, ते वाजवत होते. काही बाया-माणसं कसलीही भजने , आरत्या गात होती. त्यांचा वेगळाच असा ध्वनी निर्माण झाला होता. मंदिर सजवणे चालू होते. इतका भाविकांचा जमाव.... " आणखी लोकं येतील , उद्या मोठा उत्सव असतो. " पूजा बोलली.

" तुला कस माहित हे ठिकाण .. आपण आधी कधीच आलो नाही इथे... " कादंबरी बोलली. तशी पूजाने तिच्या डोक्यावर टपली मारली.

" आकाश - मी ... आम्ही दोघे आलो आहे इथे आधी त्यामुळे माहित. " कादंबरी कॅमेरा आणायला निघाली. पूजाने हात पकडला तिचा. " आपण संध्याकाळी जाणार आहोत , तेव्हा काढ फोटो... आता असच बघत बसू ... तुझ्या कॅमेऱ्याच्या दुनियेतून जरा बाहेर ये ... खरं , समोर घडणारे अनुभवावं कधीतरी ... " कादंबरीला पटलं. तिघीजणी खूप वेळ त्या गर्दीला न्याहाळत होत्या.

==

आकाशला तसही एकटे फिरणे पसंद होते. पण आज त्याला काय झालेलं काय माहित..... सलीम सोबतच निघणार होता. ३ सिगारेट एकामागोमाग एक , संपल्या तेव्हा कुठे सलीम तयार झाला.

" कुठे निघाला आहेस ... " सलीमचा आकाशला प्रश्न.

" नाशिकला ... तिथे एका देवीचा मोठा उत्सव असतो ... तिथे जातो मी दरवर्षी... तिथे जायचे आहे. " सलीमने पुन्हा त्या विचित्र नजरेने आकाशकडे पाहिलं. त्याच्या कॅमेराकडे लक्ष गेलं.

" कॅमेरामन आहेस का ... ",

" फोटो .... फोटोग्राफर म्हणतात....... फोटोग्राफर आहे मी... " ,

" मग इथे कुठे ... अश्या दुर्गम भागात ... ",

" फिरत असतो मी ... भटकंती करत " आकाशच्या त्या उत्तरावर सलीमने पुन्हा त्याला निरखून पाहिलं.

" वाटत नाही ... फिरत असतोस ते ... " आकाश काय बोलणार यावर. " बरं .. ते जाऊ दे ... मीही त्या उत्सवाला निघालो आहे. हि बस गेली ना ... ती उद्या पहाटे येईल. तर मी वेगळ्या वाटेने निघालो आहे. सोबत यायचे असेल तर येऊ शकतोस , नाहीतर उद्याची बस आहे. " सलीमने त्याची सॅक पाठीला लावली. आकाशने विचार केला , पुढील चार दिवसात तो सोहळा आहे.... उद्यापर्यंत थांबलो तर आणखी उशीर होऊ शकतो. शिवाय हा आहे ना सोबत , जाऊया !! म्हणत त्याने सॅक पाठीला लावली आणि सलीमच्या मागोमाग निघाला. इतक्या वर्ष्यांच्या प्रवासात , पहिल्यांदा असे होतं होते, कि आकाश कोणाच्यातरी मागून चालतो आहे. अजब-गजब होते ना !!

सलीमच्या " मागोमाग " चालून आता अर्धा तास झालेला , एवढ्या प्रवासात दोघे एकमेकांशी एकही शब्द बोलले नाहीत. एका ठिकाणी सलीम थांबला , तसा आकाशही. आकाश त्याच्या मागेच उभा. सलीमने मागे वळून आकाशकडे पाहिलं. " इथे आपल्याला गाडी मिळू शकते ... आहेस ना तयार " आकाशने होकारार्थी मान हलवली. १० मिनिटांनी एक बस येताना दिसली. बस कसली... रंगावरूनच बस म्हणावी असे होते काही वाहन. आवाज करत हळूहळू थांबली. आतमध्ये डोकावून पाहिलं आकाशने. खचाखच भरलेली गाडी. सामान , माणसं ... कोंबड्या ... एका -दोन शेळ्याही दिसल्या.

" आत तर जागाच नाही आहे बसायला... उभेही राही शकत नाही " सलीमने पुन्हा एकदा त्याच्याकडे पाहिलं, कसा विचित्र नजरेने बघायचा तो.

" गाडीत कुठे ... गाडीच्या वर बसायचे आहे " आकाश घाबरला ... आधी वाटलं मस्करी करत असावा , पण त्याच्या चेहऱ्यावरून तो मस्करी करत असेल असे वाटायचे नाही. " आधी कधी असा प्रवास केला नाहीस का .... आणि बोलतो ... भटकंती करत असतो ... " सलीम बोलला आणि गाडीच्या मागे असलेल्या शिडीवरून भरभर वर चढला देखील.

खरंच , आकाशने असा प्रवास केला नव्हता. जास्त करून , तो पायी, चालतच प्रवास करायचा. क्वचितच तो गावातल्या एखाद्या वाहनाचा वापर करायचा. आताही, त्याला त्या देवीच्या सोहळ्यासाठी वेळेत पोहोचायचे होते म्हणून बसने निघाला होता. जाऊ का ... विचार सुरु होता आकाशचा, तसं सलीमने वरून हाक मारली.

" ओ कॅमेरामन ... येतो आहेस का ... गाडी निघेल ५ मिनिटात.. " आकाश अजूनही विचार करत. " यायचं असेल तर आताच ये, १ तासाने पुढची गाडी येईल ... अशीच ... त्याच्या टपावर सुद्धा जागा मिळेल का ते माहित नाही... मी निघतो मग " आकाशला ऑपशन नव्हता. तोही घाबरत जाऊन बसला वर. सलीम - आकाश सोबत आणखी दोघे वर चढले. अर्थात सामान ठेवायला जागा असते ना , तिथेच सर्व बसले होते. आकाश सोडून बाकी सर्व आरामात होते. सलीम तर गाडी सुरु होण्याआधीच सॅक वर डोके ठेवून झोपला हि. आकाश अजूनही घाबरलेला. गाडी हळूहळू सुरु झाली. सुरुवातीला तिचा वेग फारच कमी होता. आपल्याच धुंदीत चालणारे हत्तीचे पिल्लू जणू .... थोडावेळ आकाशला भीती वाटली. जसा गाडीचा वेग वाढला तसा आकाश रिलॅक्स होत गेला. भीती कमी झाली. गाडीच्या वेगासोबत जाताना , थंड वारा अंगाला लागत होता. आभाळातली ढगांची रेलचेल डोळ्यांना सुखावत होती. आपण हवेतच उडतो आहोत , असेच आकाशला वाटत

होते. एक वेगळीच धुंदी आकाशला चढत होती. सुरुवातीला घाबरणारा आकाश आता मनसोक्त प्रवासाचा आस्वाद घेत होता. छानच होता तो प्रवास.

सलीम कडे लक्ष गेले. तो तर कधीच निद्राधीन झालेला. आकाशनेही मग त्याची सॅक डोक्याखाली घेतली. आणि निजला त्यावर. नजरेसमोर आता फक्त आभाळ आणि त्यात विहरणारे काळे - पांढरे ढग , त्यातल्या त्यात काळ्या ढगांच्या रांगा , वरच्या बाजूस .... अगदी सभ्य मुलांप्रमाणे , शाळेत जसे रांगेत जातात अगदी तसा प्रवास करत होते. पांढऱ्या ढगांचे पुंजके , लहान-सहान ढग ... अगदी खोडकर मुलाप्रमाणे कसेही इकडून - तिकडे प्रवास करत होते. मधेच एखादा मोठा पांढरा ढग येई , आणि या खोडकर पोरा-टोरांना घेऊन पुढे जाई. कसे निसर्गाचे खेळ ना !! शहरात कुठे काय दिसते असे. नुसत्या सिमेंटच्या वेगवेगळ्या रंगाच्या , आकाराच्या इमारती , भिंती...घड्याळावर पळणारी माणसं , मोबाईलमध्ये घुसलेली डोकी... बस्स !! वर आभाळात काय सुरु असते , काय कळणार त्यांना. विज्ञान कितीही पुढे जाऊ दे , माणसाने कितीही प्रगती केली तरी तो एक सूक्ष्म जीवच... या निसर्गात .. !!!

पक्षांचे थवे प्रवास करत होते ढगांसोबत , या पक्षांना कोण सांगते का ... कधी कुठे निघायचे प्रवासाला.... निघतात ना वेळेवर ते . आणि वेळेवर पोहोचतात , त्यांच्या ठरलेल्या ठिकाणी. निसर्गापुढे कोण जाणार ... सगळे कसे , अगदी नियमित सुरू असते या निसर्गाचे. हा प्रवास सुद्धा असाच. पावसाचा प्रवास सुरु झाला आहे. आपण फक्त अनुभवायचे हे सर्व. त्याचाच प्रवास असतो खरा. आपल्याला तो सोबतीला घेतो तेच खरे !! आकाश विचार करत करत झोपी गेला.

संध्याकाळची उन्हे परतू लागली होती. आकाशला जाग आली. गाडीचा प्रवास अजूनही सुरू होता. एका डोंगरातून तयार केलेल्या रस्त्यावरून गाडी पळत होती. सलीम अजूनही झोपलेला. बाकीचे दोघे एकमेकांशी गप्पा मारण्यात दंग. आकाशचे लक्ष दूरवर होणाऱ्या सूर्यास्ताकडे गेलं. ढगांच्या आडून जाणारा सूर्य अधिकच मनमोहक दिसत होता. का कुणास ठाऊक , असे क्षण कॅमेरात कैद करणारा आकाश , आज तसाच बसून ते फक्त न्याहाळत होता. सर्वदूर आभाळात गुलाबी रंग पसरत होता. हिवाळ्यात भेटीस येणाऱ्या संधिछाया च्या आभाळासारखे काहीस. प्रवासाला निघालेला सूर्य , अशी रंगाची उधळण करत

निघालेला. कदाचित, तिथेही थोडा पावसाचा शिडकावा होतं असेल आता. त्यामुळे हे आभाळी रंग इतके दूरवर पसरले आहेत. गाडी डोंगरातून जात होती. त्यामुळे वरून दिसणारे सर्वच डोळ्यांना सुखावणारे होते.

एक नदी नागमोडी वळण घेतं कुठेतरी अदृश्य होत होती. तिचा निळा रंगही आताशा गुलाबी दिसत होता. वर गुलाबी होऊ घातलेल्या आभाळाचे प्रतिबिंब त्यात स्पष्ठ दिसत होते ना. एक शिडाची होडी दिसत होती, कुठे निघाली होती ... तिची एक मोठी सावली नदीच्या पाण्यावर पसरली होती.नदी शेजारी असलेली गावे, दिवेलागणीची वेळ असल्याने शांत होत होती. दिवसाचे काम संपवून घरी निघालेली बाया-माणसं दिसत होती. त्याच्या सावल्या एकमेकांत मिसळून गेल्या होत्या. नदीच्या एका किनाऱ्यावर , अजूनही काही गाई-वासरं .. पाण्यासाठी थांबली होती. त्यांच्या मागोमाग , त्यांना सांभाळणार गुराखी .... भरकटलेल्या , उंडग्या वासरांना सावरत होता. त्यांच्या गळ्यातील घंटेचा नाद आकाशलाही ऐकू येतं होता. आकाश ते बघून हसू लागला. इतका कसा सुंदर निसर्ग, का वेडा करतो प्रत्येक वेळेस... आकाश तसाच बसून त्या "वेगळ्या " प्रवासाचा आनंद घेत होता.

==

शेकोटी साठी लाकडं जमवून झाली. काळोख होयाला आणखी अर्धा - पाऊण तास शिल्लक होता. पूजाने सर्वांना त्या मंदिरात नेले. आज सर्वच त्या मंदिरात जाणार होते. उत्सव जरी उद्या असला तरी आज काहीतरी मदत करावी या साठी सर्व निघालेले. सुप्री - कादंबरी खूपच जास्त उत्साहात होत्या. सुप्रीला तर पहिल्या भटकंतीची आठवण झाली. तेव्हाही ते सर्व अश्याच एका मोठ्या जत्रेला गेले होते. तिथंच ती मनाने आकाशच्या जास्त जवळ आलेली. त्याची आठवण येऊन छान वाटलं तिला.

पूजाचा ग्रुप देवळात पोहोचला. भरपूर हात होते मदतीला. तरी सर्व आपापल्या परीने मदत करत होते. पूजा-कादंबरी-सुप्री , देवीच्या प्रसादाची तयारी करणाऱ्या बायकांमध्ये मिसळून गेल्या होत्या. शिवाय आजच्या रात्रीच्या जेवणाची तयारी करायची होतीच कि. इतके भक्तगण आलेले दर्शनाला, त्यांना थोडीच उपाशी ठेवणार. आजूबाजूच्या गावातली लोकं सुद्धा आलेली मदतीला. काम करता करता रात्र कधी झाली कळलं नाही. सर्वांचे रात्रीचे जेवण झाले. रात्रीची आरती करून देवीच्या गाभाऱ्याचे दरवाजे बंद केले. पुजारी निघून गेले. बाकीची भक्त

मंडळी , उद्या साठी आलेली लोकं ... तिथेच मंदिराच्या आजूबाजूला बसून आरत्या - भजने गात होती. खूपच दमलेले झोपी गेले. पूजाचे सवंगडी हि तिथेच मंदिरात झोपी गेले. पूजा जागी होती. सुप्री अजूनही त्या लोकांकडे पाहत होती. सजवलेले मंदिर , ती रोषणाई , वाऱ्यासोबत डुलणाऱ्या त्या पताकांचा माळा .... छान वाटत होते. पूजा तिच्या जवळ आली.

" आजपासून ४ दिवसांनी तो सोहळा असतो. जिथे आकाश आवर्जून जातो. उद्या दुपारपर्यंत यांचा उत्सव असतो. हा इथला उत्सव संपला कि यातले बरेचशे लोकं .... त्या देवीकडे निघतात. आपण त्याच्यासोबतच निघणार आहोत. " पूजाने सुप्रीच्या खांदयावर हात ठेवला.

" आकाश इथे आला असता तर ... " ,

" आकाश इथे ... दरवर्षी येत नाही... आम्ही सुरुवातीला यायचो ना इथे ... त्यामुळे माहित मला ... काळजी करू नकोस ... आकाश येणार ... मी जाऊन झोपते , तू येणार का ... सर्वच इथे झोपले आहेत... आपणही इथेच झोपू .. " पूजा बोलली.

" मी थांबते थोडावेळ ... लगेच झोपली तर हे रात्रीचे दिसणार मंदीराचे रूप पुन्हा कुठे दिसणार ... " सुप्री पूजाला बोलली. पूजा निघून गेली झोपायला. सुप्री बसायला एक जागा शोधू लागली. त्यातल्या त्यात , एक उंचवटा असलेली एक जागा दिसली तिला. तिथे कोणीच नव्हते. आसपास सुद्धा नव्हते कोणी. तिथेच जाऊन बसली ती. थंड हवा वाहत होती. छानच वाटतं होते सर्व , फक्त एकच कमी वाटतं होती ... आकाशची ... !! आता सोबतीला आकाश असता तर ... चट्कन मनात येऊन गेलं. तितक्यात कादंबरी आली.

" झोपली नाहीस ... बरं , बसू का इथेच ... सोबतीला... if you don't mind " कादंबरीने विचारलं.

" बस ना ... त्यात काय विचारायचे... " शेजारी जागा करून दिली सुप्रीने.

" विचारावे लागते बाब्बा !! काहींना आवडत नाही. " कादंबरी चट्कन बोलून गेली. सुप्रीला हसू आलं. समोर असलेलं दृश्य पुन्हा बघू लागली.

" पुजू बोलते कि अश्या वातावरणात गारवा आला कि आपुलकीची माणसं , आपली माणस जवळ येतात ... तशीच हि सर्व माणस जवळ आली आहेत ना " कादंबरी बोलली. सुप्रीला गंमत वाटली.

" मी ना ... स्वतःलाच खूप miss करते. तू बोलतेस ना .... तशीच बोलायची आधी मी .. आकाश गेल्यापासून अबोलच झाली ... "

" तू जगू शकतेस ना ... आकाश ने सांगितले असे राहायला का .... आकाश कुठेतरी आहे आणि छान आहे , हे माहित आहेच ना तुला. i know , हे असे जगणे कठीण असते ... तरीही .. " सुप्री उगाचच हसली तिच्या बोलण्यावर...

" आठवण येते ना सारखी त्याची. जगायचे ठरवले तरी मन तयात होत नाही ना... जगायला. " सुप्रीचे बोलणे पटलं कादंबरीला . थोडावेळ असाच शांततेत गेला. " पूजा आणि तुझे काय नाते आहे नक्की... भांडत पण असता , तितक्याच मस्करी ही करत असता.. शिवाय पुजाशी होते बोलणे माझे ... तू तर जागेवरच नसतेस ... सारखी त्या कॅमेराच्या मागे ... आकाशसारखी. "

पूजाचा विषय निघाला आणि कादंबरीचा चेहरा फुलला. " पूजा ... तुझ्या आकाशची निरू .... काय बोलू तिच्याबद्दल , देवाला मानतेस ना ... त्यानेच भेट घडवली आमची. तुझ्या आकाशला सुद्धा थँक यू , त्याने जर पूजाला भटकंती शिकवली नसती तर आमची भेट झाली नसती. खरं सांगावे तर पूजाने माझे आयुष्य सावरले. ती नसती तर ... काय माहित.... विचार करण्यापलीकडे आहे सर्व " कादंबरी छान बोलत होती.

" माझ्या घरी तरी माझ्या असण्या - नसण्याचा काहीच फरक पडायचा नाही त्यांना. रागातच निघालेली घरातून , ते म्हणतात ना ... रागाला डोळे नसतात ... विचार न करताच ते पाऊल उचललं होते. पूजा तर अचानक आली. कशी भटकत होते मी त्यादिवशी. माहित नाही का ... पण तिला जेव्हा पहिल्यांदा बघितलं तेव्हाच ती आपली वाटली होती. तिच्याशी बोलावे कसे असे वाटतं होते. तरी लगेचच गट्टी जमली आमची. सांभाळून घेते ती आधीपासून मला. सुरुवातीला घाबरायचे मी प्रवासाला. तिने तेव्हा पासून माझा हात घट्ट पकडून ठेवला आहे , तो अजूनही. हे कॅमेराचे वेड होते आधीपासून मला, जेव्हा आकाशने काढलेले फोटो मॅगजीन मध्ये बघायची. पूजाने प्रोसाहन दिले, तिच्यामुळे हि काय ती फोटोग्राफी करू शकते. तिचा ना ... या जगण्याकडे पाहण्याचा दृष्टीकोण खूप वेगळा आहे. वेगळी नजर असली कि असे होते. पूजा , आकाश ... दोघीही सारखेच... आकाशने तुला बदललं आणि पूजाने मला. बरोबर बोलले ना मी. त्या दोघांचे वेगळे होणे , आपल्यासाठी किती फायद्याचे होते ना .. !! " कादंबरीचे बोलणे ऐकून सुप्रीला हसू आलं.

" तुला आकाश शिवाय काही सुचतच नसेल ना ... " कादंबरीचा सुप्रीला प्रश्न.

" आणि ते फोटोग्राफी चे वेड तर भन्नाट .... तुलाही कुठे कुठे घेऊन जातं असेल ना तो ... " ,

" हा ... जायचो आम्ही फिरायला ... सुरुवातीला तर घरी खोटे बोलावे लागायचे. नंतर आकाश बद्दल सांगितले होते घरी. सोबत संजना असायची. त्यामुळे घरी भीती नसायची. आणि आकाश ... तू बोलते ना ते बरोबर ... त्यांचा दृष्टीकोण वेगळाच आहे. तो .... हे असे साधे - सोपे दिसते ना आपल्याला.... त्यापलीकडे जाऊन शोधतो काही. आणि हो , त्याला एकटे फिरणे जास्त आवडते. आधीपासूनच... आम्ही एकत्र होतो तेव्हा ही कधीकधी एकटाच निघून जायचा कुठेतरी... परतुनी यायचा तेव्हा काढलेले फोटो दाखवायचा. बघ ना ... इतकी वर्ष सोबत त्याची, तुझ्या पुजानेच सांगितलं आकाश कसा आहे ते ..... मला कळलाच नाही तो कधी... असे वाटते. " यावेळेस कादंबरीने तिला मिठी मारली.

" होता है .... होता है .... , माणूस वेगळाच प्राणी आहे. कळत नाही ना कधी. म्हणून तर इतर प्राण्यापासून आपण वेगळे असतो. त्यातला त्यात सांगावे तर आकाश - पूजा ... हे आपल्यापासून सुद्धा वेगळे आहेत. हे तर मान्य करतेस ना... " दोघीही हसू लागल्या. कादंबरीने घड्याळात पाहिलं. रात्रीचे १० वाजत होते.

" तुला झोप नाही ना आली. " सुप्रीला तिने विचारलं.

" तुला आली आहे का ... मी जागी राहू शकते. आकाशने शिकवलं आहे. तारे बघत राहायचे.... " ,

" मलाही कोणी सोबत असेल ना तर जागी राहू शकते.... " ,

" बसुया कि अजून ... जेव्हा झोप येईल तेव्हा जाऊ ... " सुप्री बोलली.

" हे असे क्षण पुन्हा येतं नाहीत life मध्ये... जगून घेऊ " सुप्री समोर पाहत म्हणाली. समोर सुरु असलेली भजने , त्यात रमलेले सर्वच , झोपी गेलेले ... सजवलेलं मंदिर .. याकडे बघत राहिल्या दोघी.

==

रात्रीचे १० वाजले तेव्हा कुठे ती गाडी थांबली. सलीम - आकाश खाली उतरले. गाडी तिथेच रिकामी झाली. " यापुढे कसे जायचे.. ?? " आकाशने सलीमला विचारलं. सलीमने पुन्हा त्याच्याकडे पाहिलं.

" भूक वगैरे .... काही असते ना ... नाही लागली का भूक .." सलीम बोलला तस आकाशला भुकेची जाणीव झाली.

" इथे कुठे मिळेल जेवायला ... पोट भरायला... " आकाशने तर काल रात्रीपासून काही खाल्लं नव्हते. सलीम इथे-तिथे बघू लागला. गाडीतील उतरलेली मंडळी , जवळच असलेल्या गावाकडे निघाली. सलिमने इशारा केला आणि दोघे त्यांच्या मागोमाग जाऊ लागले.

" आज , या वेळेस कोणीच गाडी येतं नाही. उद्या सकाळी गाडी येईल असे वाटते. तोपर्यत गावात थांबावे लागेल. " सलीम बोलला आणि वर आभाळात वीज चमकली. सलीम शांत झाला. आभाळाच्या दिशेनं वर पाहू लागला. आकाश त्यालाच निरखत होता.

" चल पटपट ... गावात पोहोचलो कि तिथेच मिळेल काहीतरी पोटात ढकलायला. " सलीम चालता चालता आकाशला सांगत होता.

" आभाळात काय बघत होतास ... " आकाशला भारी कुतूहल ... कारण स्वतः हवामानाचे अंदाज बांधायचा ना ... त्यात हा भटक्या भेटलेला.

" पाऊस येतो आहे की ते बघत होतो .. " सलीम बोलला. आकाशला अजून कुतूहल.

" ह्या !!! .... पावसाचा महिना आहे का हा .... पाऊस कसा येईल मग ... " आकाश मुद्दाम बोलला. त्यावर सलीम जरा रागातच बोलला ,

" भिजायचे असेल ना ... तर बस इथेच ... १० मिनीटात पाऊस येईल आणि १० मिनिटेच पाऊस असेल ... तेव्हडा वेळ पुरेशा आहे ना तुला ... " आकाशने लगेच घड्याळात वेळ बघितली. झपझप पावलं टाकत त्यांनी गावं गाठलं. एका घराच्या ओसरीत त्यांनी पाठीवरच्या सॅक ठेवल्या आणि पावसाची रिमझिम सुरु झाली. आकाशने पटकन घड्याळात पाहिलं. बरोबर १० मिनिटांनी पाऊस सुरु झालेला ... काय परफेक्ट सांगितलं याने... पुन्हा घड्याळात वेळ लावली त्याने. सलीम तोपर्यंत त्या घरातील माणसासोबत बोलत होता. जेवणाची व्यवस्था झालेली. आकाश बाहेरच बसून होता.

" साधं जेवण चालते ना तुला .... नाही ... शहरातले ना तुम्ही... हे असे पचणार नाही तुला... " सलीम आकाशला टोमणा मारत बोलला. आकाश हसला त्यावर. बोलता बोलता आलेला पाऊस गेलाही.... पुन्हा १० मिनिटंच .... परफेक्ट !! कमाल आहे या माणसाची. किती वर्षांचा अनुभव असेल याला... काय माहित... आकाश मनोमन बोलला.

जेवणाची ताटे आली. आकाशला तर खूपच भूक लागली होती. झुणका - भाकर , सोबतीला कांदा आणि लसणाची लाल चटणी... सलीमने ते ताट आकाश समोर धरलं. " खाणार ना ... नको असेल तर आताच सांग. त्यांचे मेहनतीचे जेवण

असते ते... " आकाशने काही न बोलता त्याच्या हातातले ताट हाती घेतलं. चवीने खाऊ लागला. सलीम खात खात त्याच्याकडे बघत होता. " भूक लागली असली कि सर्वच कस गोडं लागते ना .. " पुन्हा त्याने आकाशला टोमणा मारला. याला कुठे माहित आहे... गेली चार वर्ष मीही फ़िरतोच आहे. आईच्या जेवणाची सर सोडली तर हे झुणका - भाकर - कांदा ... जगातील सर्वोत्तम जेवण आहे. सलीमच्या बोलण्याकडे दुर्लक्ष करत जेवत होता मजेत.

जेवण झाले. आकाशने घड्याळात पाहिलं. पावणे अकरा. झोपायला हवे , तंबू उभा करायचा कि इथेच झोपूया या ओसरीत. सलीमला विचारावे, सलीम तिथे पुढेच उभा राहून सिगारेट ओढत होता. आकाशला येताना पाहिलं त्याने.

" सिगारेट ?? " आकाश समोर त्याने पाकीट धरलं.

" नाही ... या सवयी नाहीत मला ... thanks !!" आकाशकडे बघत सिगारेट ओढत होता सलीम.

" काय पाहिजे मग ... मला वाटलं सिगारेट पाहिजे म्हणून आलास. ",

" उद्या सकाळी किती वाजता निघायचे आपण ... आणि तंबू उभा करू कि इथेच दारासमोर झोपायचे ... " ,

" किती प्रश्न पडतात ना तुला .... जा झोप तिथेच .... सकाळ झाली , गाडी आली कि उठवेन तुला ... घाबरू नकोस ... एकटं सोडून जाणार नाही तुला... " ,

" Thanks !! " म्हणत आकाश वळला.

" थांब !! " मागून सलीमने आवाज दिला. " शहरातून आला आहेस हे नक्की... तरी या " वाईट " सवयी नाहीत तुला, हे साधं जेवण मनापासून खाल्ले ... आणि मघाशी तुलाही वर आभाळात बघताना, पाहिलं मी. हि अशी सवय फक्त ज्यांना ते आभाळ कळते ना त्यांनाच असते..... मला , तू कोण आहेस , कसा आहेस याच्याशी मतलब नाही... तुही प्रवास करतो आहेस , म्हणून तुला सोबतीला घेतलं मी... हे सर्व वाटलं बोलावं , बोलून टाकलं. " सलीम पट्कन बोलला.

आकाश थोडावेळ थांबला. " मी एक विचारु का ... " त्यावर सलीमने होकारार्थी मान हलवली. " आपण चाललो आहोत ते देवीच्या उत्सवाला... तुझे नाव सलीम .... मराठी उत्तम बोलतोस. स्पष्ठ अगदी... ती गावरान भाषा नाही. मधेच एखादा इंग्लिश शब्द असतो... हे सर्व कस ते सांग.. " सलीमने आणखी एक सिगारेट पेटवली.

" जास्त काही सांगणार नाही... आवडत नाही मला... एकाच प्रश्नाचं उत्तर देईन. ...

देव, बाप्पा !! सर्व करणार एकच असतो ना .... देवाने जात ,धर्म बनवले नाही ना... धर्म आपण माणसांनी निर्माण केले. देवाला सुद्धा आपण नावं दिली, आपल्या सोईनुसार.... आणि असे कुठे , कोणी लिहिलं आहे... सलीम नावं असलं कि तो मुसलमान .... आणि तू सांग.... मुसलमान जात नाहीत का देवळात... जातात ना ... ",

" माझं असे म्हणणं नव्हते. ... ",

" कळलं मला... मी कोणताच धर्म पळत नाही.... शिवाय माझं नावं सलीम नाही.... " , आकाशला काही कळेना. " मी तुझ्या पेक्षा खूप दुनिया पाहिली आहे. समजलं ना... मला माहित आहे , एका नावाने , आडनावाने .... जात आणि धर्म ठरवला जातो.... ",

" मग खरं नाव काय तुझं... ",

" माझ्याकडे बघूनच कोणी नावं विचारत नाही सहसा... गावात कोणी विचारलं तर जे नाव तोंडावर येईल ते सांगून टाकतो. " पुन्हा धुराचा एक मोठा झुरका त्याने हवेत सोडला. " देवळात जातो तसा मशिदीत सुद्धा जातो ... चर्चमध्ये कधी कधी जेवायला जातो , कधी वाटलं तर गुरुद्वारात झोपायला जातो... या सर्वच ठिकाणी एक धर्म पळाला जातो तो जेवायला देण्याचा .... तो धर्म मी पाळतो आणि हो ... माणुसकी .... तो धर्म आहे म्हणून तू सोबतीला आहेस ... मला वाटते तुझ्या प्रश्नाचे उत्तर मिळालं असेल ... आता जाऊन झोप ... उद्या निघू "

आकाश काही शिकला त्याच्याकडून .... आपणच सोईनुसार नाव ठेवतो देवाला... माझा गणू , त्यांचा बाप्पा ... कोणाचा गणपती... आकाश स्वतःशीच हसला आणि झोपायला आला.

==

सकाळ झालीच ती , ढोल - ताशांच्या आवाजाने.. पूजा - सहित असलेले आधीच जागे झालेले. खूपच मंडळी आलेली. आणखी येतच होते. सर्व तयारीत होते. काही वेळाने जशी गर्दी झाली, तशी देवीची पूजा - आरती सुरु झाली. आणि सोहळ्याला सुरुवात झाली. किती ते आवाज आणि काय ... सर्वत्र आनंद !! किती तो उत्साह !! पूजा आणि तिच्या ग्रुपने आधीच देवीचे दर्शन घेतले होते. कारण आणखी गर्दी होणार हे नक्की. प्रसादाचे जेवण तर देवीची आरती झाली तसेच दिले गेले. यांचे सर्वांचे काम तसे झालेलं , त्यामुळे सर्वच आपापल्या तंबूत येऊन आराम करत होते. सुप्री कालच्याच ठिकाणी बसून ते सर्व बघत होती. कादंबरी फोटो काढत होती.

दुपार झाली तशी कालपासून आलेली लोक पांगली. गर्दी तर आणखी होतं होती. नव्याने येणारी लोकं ... अजूनही येतं होती. पूजाने त्या गर्दीवर एक नजर फिरवली. आणि तिने सर्वांना तंबू , सामान आवरायला सांगितले. सर्वांनी सामान आवरले.

" निघायचे आहे का ... जावंस वाटत नाही... " सुप्री बोलली.

" का गं " पूजा ...

" इतकी छान माणसं ... हा सोहळा ... wow !! मी आधीही पाहिलं आहे पण हे खूपच वेगळं वाटलं. " पूजा हसली. " हे ना ... काहीच नाही... आपण जिथे निघालो आहोत ना ... तिथे तर गर्दी बघून अवाक होशील. त्यात आपल्याला आकाशला शोधायचे आहे. म्हणजे बघ... किती मेहनत आहे ... आणि ती लोकं दिसत आहेत ना ... " पूजाने सुप्रीला एका दिशेनं बघायला सांगितलं. एक माणसाचा घोळका होता. साधारण ५०-६० बाई-माणसाचा ग्रुप. " ती लोकं इथेही पहिली येतात आणि त्या देवीकडे सुद्धा पहिलीच पोहोचतात. त्यांना ओळखते मी... ते निघतील आता. त्याच्यासोबत निघणार आपण. I hope ... आकाश त्याच दिवशी भेटेल आपल्याला.... " पूजा त्या गर्दीकडे पाहत बोलली.

साधारण , दुपारी १ च्या सुमारास ते सर्व निघाले. पूजाचा ग्रुप तयारच होता. मागोमाग निघाले. " मला कळलं तुझे .... " कादंबरी पूजाला मागून बोलली काही तरी. " काय ??" सुप्रीने विचारलं. " या निरुला रस्ताच माहित नाही तिथला ..... म्हणून ती आपल्याला यांच्या सोबत घेऊन चालली आहे. " कादंबरी बोलली तसा पूजाने तिला चिमटा काढला. " हो गं ... माझी आजी ना तू ... सगळं माहित असते तुला ... " सुप्रीला तर दोघींचे बोलणे ऐकून खूप हसू आलं. चाली - चाली प्रवास सुरु झाला.

==

सकाळी ८ वाजता पुन्हा एकदा एका गाडीच्या टपावरून , आकाश - सलीमचा प्रवास सुरू झालेला. दुपार झाली आणि ती गाडी बंद पडली. गाडीतील सर्वच त्याच ठिकाणी उतरले. प्रवास सुरू झालेला म्हणून आकाश खुश होता. बाकीचे मंडळी आजूबाजूला निघून गेली. सलीम बाजूलाच असलेल्या दगडापाशी उभा राहून त्याचे आवडते काम " सिगरेट ओढणे " करत होता.

" कुठे जायचे आता .... पुढची गाडी कुठे मिळेल ?? " आकाशच्या प्रश्नावर त्याने नेहमीचाच कटाक्ष टाकला.

" पुढे चालत जावे लागेल ... चालू शकतोस ना ... " सलीमच्या बोलण्यावर हसू आलं आकाशला. माझा प्रवास तर चालतच असतो , याला काय सांगावे ...

तरी मुद्दाम काही माहित नसल्याचा साळसूद भाव चेहऱ्यावर आणत आकाशने विचारलं.

" कस ... कुठे जायचे ... कधी निघायचे... " आकाशला खरं तर मज्जा येतं होती. सलीमने लगेचच सिगारेट विझवली. समोर असलेल्या डोंगराकडे बोट दाखवलं.

" ते दिसतात ना डोंगर ... त्याला पार करून गेलो कि लवकर पोहोचू... ",
" तुला नक्की माहित आहे ना तिथे जाण्याची वाट ... ",

" फिरतोस ना तुही .... जास्त साधं वागण्याचा प्रयत्न करू नकोस ... कळलं ना ... चल निघू .... " आकाश त्याच्या मागोमाग निघाला.

" जास्त दूर नाही आपण .... फक्त हा पाऊस .... तो जरा मध्ये खोडा घालू शकतो.... " सलीमने अंदाज लावला.

" पाऊस तर पाहिजे ना ... सोबत असेल तर आणखी छान वाटते चालताना... " आकाश आनंदात बोलला. " पाऊस कशाला पाहिजे .... त्यानेच तर असे जगायला शिकवले मला... " सलीम काहीतरी पुटपुटला आकाशने ऐकलं ते. काही बोलला नाही त्यावर. पुढच्या १० मिनिटात ते त्या डोंगराच्या पायथ्याशी आले. सलीम अगदी पायथ्याशी आला आणि त्याने डोंगराला वाकून नमस्कार केला. आकाशला अजब वाटलं. कशाला उगाचच विचारावे , म्हणत आकाशने विचारले नाही. सलीमने स्वतः सांगायला सुरुवात केली.

" माझा प्रवास हा साधारण जमिनीलगत असतो. डोंगरांची मला भीती वाटते. त्यांच्या वाट्याला सहसा जात नाही मी. म्हणून कधी जावे लागलेच तर आधी पाया पडतो आणि मगच पुढे जातो. " गंमत वाटली आकाशला. आकाशला काही बोलायचे आहे, हे सलीमने ओळखले.

" बोलू शकतोस ... पोटात ठेवून काही फायदा नाही. ... जे आहे ते बोलून टाक .. ",

" एक सुचवू का ... म्हणजे तुला भीती वाटते ना ... डोंगरांची.. ",

" हो ... पण जर आपण जा डोंगर चढून न जाता वळसा घालून गेलो ना ... देवीच्या उत्सवाला पोहोचणार नाही आपण .. ",

" तेच सांगतो आहे मी... तुला याची तर खात्री पटली ना ... कि मी प्रवास करतो ते.. ",

" फक्त ५० टक्के ",

" चालेल ... तेवढे तर तेवढे ... तुला सपाट जमिनीवर प्रवास करायला आवडते ... मला अश्या डोंगरात , जंगलात फिरण्याचा अनुभव... मी पुढे जाऊ का .... घाबरू

नकोस ..... मी एकटा सोडणार नाही तुला... " आकाशने टोमणा मारला. सलीम चक्क जरासा हसला त्यावर ... त्यालाही टोमणा कळला. आकाश पुढे , सलीम त्याच्या मागोमाग निघाला.

पुढच्या २-३ तासात आकाशने फारच अंतर पार केले. दमला होता तो सलीम. " किती पळतोस तू... भरभर चालतोस ... मागे आहे कोणी ते तरी बघायचे... " सलीम फारच दमलेला. आकाशने घड्याळात पाहिलं तर संद्याकाळचे ५:३० वाजले होते. काही वेळाने काळोख होईल.

" आपण थांबूया .... तंबू उभा करून शेकोटी साठी लाकडं जमा केली पाहिजे. " सलीमला कळलं नाही त्याचे बोलणे. " अरे मित्रा... काळोख होईल ना ... त्याआधी तंबू बांधावा आणि जेवणाची तयारी करावी , असेच मी करतो . आता तुझे एवढे ऐकले मी. माझं थोडेतरी ऐकू शकतो ना तू... "

आकाशने लगेचच त्याचा तंबू उभा केला. " तुझ्या कडे असेल ना तंबू ... " सलीमला त्यानं विचारलं. सलीमने त्याच्या सॅकमधून तंबू बाहेर काढला.

" लहानच आहे ... खुप वर्षांपूर्वीचा ... जास्त वापर होत नाही त्याचा. एकदम रात्र झाली तरच थांबतो . रात्र झाली कि गावातच झोपतो कुठेतरी. संध्याकाळ असो किंवा रात्र , मी चालतच असतो. " बोलता बोलता त्याचा तंबू उभा राहिला.

" एवढा लहान तंबू ... तू तरी पुरशील का आतमध्ये. " आकाशने विचारलं.

" पाय दुमडून झोपतो. बस्स झालं ना मला ... " ,

" चालेल .... मी शेकोटी साठी लाकडं घेऊन येतो. "म्हणत आकाश निघून गेला आणि १०-१५ मिनिटात आला.

जास्त काही विषय नव्हता यांच्याकडे बोलायला. सलीम आधीच दमलेला , त्यामुळे तो त्याच्या तंबूत पडून होता. आकाश त्याच्या तंबूत , त्याचा कॅमेरा साफ करत बसलेला. आराम केल्याने सलीम पुन्हा ताजातवाना झाला. तंबूतून बाहेर आला तर आकाश शेकोटी जवळ बसलेला. सलीमही तिथे येऊन बसला. आकाश त्याच्या बॅगमध्ये नेहमीच सुखा खाऊ .... बिस्कीट वगैरे ठेवायचा. आज रात्री उगयोगी पडले ते. थंड हवेत शेकोटीची ऊब मिळत असल्याने छान वाटत होते. अचानक आभाळात अस्पष्ट अशी वीज चमकून गेली. दोघांनी सवयी नुसार वर आभाळात पाहिलं. सलीमने आकाशकडे सुद्धा पाहिलं. काही बोलतो का ते बघायला , पण काहीच बोलला नाही तो. सलीमने आकाशला विचारलं.

" किती महिने फिरतो आहेस ... तुझी सॅक , कपडे बघून वाटते .. कि ४-५ महिने झाले असतील ... " ,

" नाही ... चुकलं तुझे.... गेली ४ वर्ष ... मी शहरात गेलो नाही. हे कपडे , सॅक ... वेळ मिळेल तेव्हा धुवतो, त्यामुळे जुने वाटतं नाहीत . .... " सलीमला आश्चर्य वाटलं. " तुझे सांग ... किती वर्ष फिरतो आहेस ... " आकाशच्या प्रश्नावर सलीमचा चेहरा गंभीर झाला. काहीच बोलत नव्हता तो.

उगाचच विचारलं ना याला, म्हणत आकाश उगाचच त्या शेकोटीत लाकडं टाकत होता. सलीम त्या आगीकडे पाहत होता. खूप वेळाने बोलला.

" मला आठवतच नाही... ",

" म्हणजे ??",

" शेवटचे आठवते. तेव्हा मुंबईत मोठा पाऊस झालेला. पूर आलेला.... त्यानंतरच काही महिन्यांनी मी निघालेलो ... त्यानंतर शहरात , मुंबईत काय झालं माहित नाही. " आकाशने डोक्याला हात लावला. मुंबईत पूर आलेला तो २६ जुलै , २००५ ला. आता त्या गोष्टीला जवळपास १५ वर्ष झालेली. इतके का फिरतो आहे हा ... विचारू का .... नको .... सलीमच बोलला.

" तसही शहरात काही राहिलंच नव्हते माझे.. पुन्हा जाण्यासाठी. पण तू तर चांगल्या घरचा वाटतोस. तुझे कारण काय ... इतकी वर्ष फिरायचे. ",

" मी खूप आधी पासूनच फिरत आहे, त्यानंतर मी एका सुंदर नात्यात अडकलो. इतका अडकलो कि अशी वेळ आली , मला ते नाते किंवा माझी भटकंती .... यापैकी एकच निवडावे लागणार होते. मन तयार होतं नव्हते तरी तिनेच पुढाकार घेऊन सांगितलं , तू तुझे फिरून घे.. वाट बघीन... " ,

" बघ ... विचार कर ... परत जा.... खरंच .... भाग्यवान आहेस. कोणीतरी वाट बघते आहे तुझी... " सलीम थांबला बोलता बोलता.

" तू का जात नाहीस .... जाऊ शकतोस ना ... तुझ्या घरी... " आकाश बोलला.

" असायला हवे ना .... " ,

"असे का .... आणि त्या पावसावर का राग इतका ... " ,

" माझे तसे कोणी नाही या जगात ... अनाथाश्रमात वाढलो. शिकून जॉब केला. तिथेच एक होती. दोघांचे प्रेम होते... तिची आणि माझी ओळख पावसातली... मला तेव्हाही आवडत नव्हता पाऊस ... आत तर नाहीच नाही. पण तिच्यावर होते प्रेम, तिचे प्रेम माझ्यापेक्षा जास्त होते. पण तिच्या घरून लग्नाला विरोध होता. बरोबर तर होते त्यांचे, अनाथ मुलासोबत कोण नातं जोडणार... माझे स्वतःचे घर नव्हते, भाड्याच्या घरात राहायचो .... तरीही तिचे प्रेम इतके , कि माझ्या बरोबर पळून लग्न करायला तयार होती. मी तयार नव्हतो , पण एका वेळेस मीही तयार झालेलो

त्यासाठी. सर्व छान सुरु होते. अचानक , एका कामानिमित्त मला १० दिवसांसाठी साताराला जावे लागले. १० दिवसाचे काम महिनाभर चालले , कारण काय ... तर पाऊस ... परत आलो तेव्हा कळलं कि तिचं लग्न ठरत होते. हे कसे झाले सर्व , रागातच विचारायला गेलो तिला. वाटेत आमचा एक कॉमन मित्र भेटला. त्याने अडवलं मला, सांगितलं.... ऑफिस मधेच काही चुकीचे ऐकून गैरसमज निर्माण झाला . मी तिला सोडून गेलो असेच वाटले तिला.... मला आणखी कोणी आवडते , हे आणि खूप काही .... त्या रागात तिने लग्नासाठी होकार दिला. छान स्थळ आलेलं तिला. तो तिला , माझ्यापेक्षा छान सुखात ठेवू शकतो ,हे कळलं मला, वाईट वाटलं होते खूपच. पण आपण तिला पुन्हा दिसलो तर ती स्वतःला थांबवू शकणार नाही , हेही जाणून होतो. तिच्यासाठी मुंबई , शहर सोडले ते कायमचे... सुरुवातीला वाटायचे , जाऊया परत ... आता नाही. आता जाऊन तरी काय करणार. हेच जगणे स्वीकारले मी. पावसाचे बोलशील तर वाटते कधी कधी .... तिला भेटलो नसतो पावसात , त्या पावसाने मला महिनाभर अडवून ठेवले नसते तर ... म्हणून राग ... खरं सांगावे तर मला हेच जगणे आवडते आता... " सलीमचे बोलणे संपले. खरंच !! कमाल आहे हा ... कोणीतरी सुखी राहावं , आनंदी राहावं म्हणून एवढा त्याग.... मनातल्या मनात आकाशने हात जोडले.

" आणि तो देवीचा उत्सव ... आम्ही दोघे पहिल्यांदा आणि शेवटचे फिरायला गेलो होतो , ते ठिकाण .... ती तारीख लक्षात राहिली बरोबर ... त्याचदिवशी तिचा वाढदिवस असतो.. म्हणून त्या उत्सवाला न चुकता जातो.. तिच्यासाठी जातो... " सलीमचे बोलणे ऐकून आकाश भावुक झाला. सुप्रीची आठवण येऊन गेली चट्कन. बोलता बोलता खूपच उशीर झाला. पुढे काही बोलणे होणार नव्हते , कारण सलीम सुद्धा आठवणींनी भावुक झालेला. लागलीच तो झोपायला गेला. आकाशने शेकोटी विझवली. तोही झोपायला गेला, उद्या लवकर उठून जितके अंतर पार करता येईल तेव्हडे करायचे होते दोघांना.

अश्याप्रकारे , पूजा-सुप्री आणि आकाश - सलीमचा प्रवास सुरु झाला. पण पूजा - सुप्री यांचा प्रवास काही काळ थांबून होता. कारण पाऊस !! त्यांचा प्रवास पायी होता. गावातील मंडळी पावसात प्रवास करत नाहीत. त्यांच्या सोबत पूजाच्या ग्रुपला थांबावे लागले. तिथे आकाशला सवय अशी पावसात फिरायची. सलीमचा प्रवास आता त्याचा झाला होता. त्यालाही त्या ठरलेल्या दिवशी पोहोचायचे होते. पावसाचे आगमन सुखावणारे होते तरी सुप्रीला आता पाऊस नको होता. पूजाने तिला आपण ठरलेल्या दिवशी तरी पोहोचू असं आश्वासन दिले असले तरी सुप्रीला हुरहूर लागली होती. कारण एक पूर्ण दिवस फुकट गेला होता. तिथे आकाश

सवयीप्रमाणे संध्याकाळी थांबला तेव्हा पाऊसही थांबला होता. दोन दिवसांवर आलेला तो सोहळा.

पुढचा दिवस सुद्धा सुरु झाला तो पावसाने. सुप्रीची काळजी आणखी वाढली. " निघायचे का ... ?? " तिने पूजाला विचारलं. पूजाला सुप्रीची तगमग कळत होती. ती तरी काय करणार.

" बघ सुप्री . आपण आता जास्त दूर नाही. फक्त पावसामुळे थांबलो आहोत. ",

" मग आपण निघूया ना पुढे .... ते येतील मागून ... आपण त्यांच्या आधी पोहोचू .... ",

" तस नाही करता येणार सुप्री ...... नको काळजी करू इतकी. " ,

" पण आकाश ... ?? " सुप्रीला मिठी मारली पूजाने.

" देवाला मानतेस ना ... तुझा गणू .... उद्या आकाश तिथे येणार हे नक्की ... त्याची भेट होणे न होणे ... ते त्याच्याच हातात आहे ना .... कितीही प्रयत्न केले तरी ... त्याने जे ठरवलं तेच होणार " पूजा बोलून निघून गेली. सुप्री पावसाकडे पाहत होती. आता कादंबरी तिच्या शेजारी येऊन उभी राहिली.

" काय झालं सुप्री ?? " ,

" हा पाऊस गं !!! " ,

" तुला तर कळतो ना पाऊस... अंदाज लावता येतो ना ... " सुप्रीला अंदाज आलेला पावसाचा.

" दुपारपर्यंत थांबले तरी मग आपण निघणार कधी... त्या उत्सवाला कधी पोहोचणार... याची काळजी लागली आहे. " सुप्री बोलत होती पण कादंबरीला काही लक्षात आलं.

" तुझा चष्मा ... लावत नाहीस का आता ... कि हरवला कुठे .. " त्यातही हिचे काही वेगळेच विचार , हसू आलं सुप्रीला.

" आता गरज नाही चष्मा लावायची... आनंदी असते आता. सगळं स्पष्ठ दिसते आता ... सुख कुठे असते ते .... " ती जे काही बोलली , ते सर्व कादंबरीच्या डोक्यावरून गेलं. पूजा आली पुन्हा.

" बरं ... एक सांगा .. दोघी पहिल्यांदा जात आहात तिथे.... कोणाला रंगाचा त्रास होत नाही ना ... " ,

" रंग ... कसला रंग ... " सुप्रीने विचारलं.

" मोठा उत्सव असतो. तिथे पिवळ्या रंगाचा भंडारा आणि लाल गुलाल उधळला जातो. खूपच जास्त .... त्याचा काही त्रास होतो का ते विचारलं. " दोघींनी नकारार्थी मान हलवली.

" सुप्री .... ऐक ... मी असेनच सोबत तरी त्या गर्दीत , या रंगांमध्ये आकाशला शोधलंच पाहिजे. तयार आहेस ना ... " ,

" हो हो ... नक्की शोधू ... पण काळजी वाटते ती या पावसाची... आपला आजचा प्रवास सुरूही होईल ... पण उद्या .... " ,

" हा पाऊस का येतो माहित आहे का ... हि माणसं आहेत ना सोबत ते सांगतात, देवीचा उत्सव मोठा... सर्व वाटेवरचा कचरा , माती साफ व्हावी , सर्व धुवून जावे म्हणून येतो पाऊस .... तू निश्चित राहा "

==

आकाश - सलीमने आज सुद्धा खूप प्रवास केला होता. थकलेले दोघेही. पावसाने दुपारपासून दडी मारली होती. तरी थंडी होतीच. आज दोघेहि पायथ्याशी असलेल्या गावात थांबले होते. शेकोटीजवळच बसलेले. एका गावात झोपडीपाशी थांबलेले.

" उद्या पहाटे निघालो कि सकाळी ८ पर्यंत तरी नक्की पोहोचू ना आपण. " आकाशने सलीमला विचारलं.

" हो ... निघायचेच लवकर... " सलीम सिगारेट ओढत होता. आणि त्यांना समोरून येणारी माणसं दिसली. सर्वच त्या उत्सवासाठी निघालेले.

" उद्या खूपच गर्दी होईल बहुदा .. " आकाश त्याच्याकडे पाहत बोलला. " लवकरच निघू ... सकाळी ७ वाजता सर्व सुरू होईल देवळात ... आपण ८ वाजण्याच्या आधीच पोहोचू ... " सलीम आकाशचे ऐकायचा आता.

" मग पुढे .... सोहळा संपला कि तू तुझ्या वाटेने शहरात जा ... कोणी वाट बघते आहे तुझी... " ,

" आणि तू ... ?? " ,

" माझं काय ... पाय घेऊन जातील तिथे जायचे ... " ,

" आपण उद्याच उद्या बघू.. आता झोपूया ... लवकर निघायचे आहे... " आकाश लगेच झोपायला गेला. सलीम सिगारेट संपेपर्यंत जागा होता.

==

आज देवीचा मोठा उत्सव , लोकांचे जथ्थेच्या जथ्थे जात होते. पूजाने सकाळी ६

वाजताच प्रवास सुरु केलेला. सुप्री सर्वात पुढे. त्यासोबत असलेल्या त्या मोठ्या ग्रुप सोबत सुप्री चालत होती. आकाशला कधी एकदा बघते आहे असे झालेलं तिला. पूजाने तिला गाठलं.

" सुप्री !! जास्त घाई नको हा..... खूप मोठा जमाव असतो. हरवून गेलीस तर .. तुझी जबाबदारी माझ्यावर आहे ना ... " सुप्रीला चूक कळली.

" सॉरी पूजा ... पोहोचू ना वेळेवर .... ", " पोहोचणार गं ... फक्त सोबत रहा "

===

आकाश - सलीम सुद्धा त्या गर्दीचा एक भाग बनलेले. रस्ते , पायवाटा गर्दीने फुलून गेलेले. मोठे फेटे डोक्याला गुंडाळलेली लोकं , हातात भगवे झेंडे ... नटून - थटून आलेल्या बायका .. ढोल - ताशे वाजवत निघालेली लोकं ... किती ती गर्दी... !! आकाश ते बघून सुखावला... वर्षाने येणार हा दिवस .... गर्दी असली तरी काही वेळातच आपण देवीच्या दर्शनाला पोहोचू , हे नक्की. मनात बोलला आकाश. पावसाने मेहरबानी केलेली. काल दुपारी थांबलेला पाऊस आज नव्हता. त्यामुळे प्रवास करणे सुसह्य झालेलं. लोकांचा उत्साह शिगेला पोहोचलेला. दुरूनच ते मोठ्ठ मंदिर नजरेस पडत होते. त्यावर असलेल्या कळसाजवळचा भगवा झेंडा अभिमानाने फडफडत होता. पुढच्या १५ मिनिटात दोघे मंदिराच्या अगदी जवळ पोहोचले.

दुसऱ्या बाजूने , पूजा - कादंबरीचा ग्रुप मंदिरापाशी पोहोचला. पुढे जाणे शक्यच नव्हते, इतकी गर्दी झालेली. देवीची आरती झालेली नुकतीच. पुढचे सोहळे आता सुरु होणार होते. पूजाने सर्वांना समजावून सांगितलं. चुकामुक झाली , हरवलात कोणी तर एक जागा निवडली , तिथे येऊन भेटायचे. आणि सर्वांना हेही सांगितलं कि कोणालाही आकाश दिसलाच तर त्यालाही त्या ठरलेल्या जागी घेऊन यायचे. पूजाने घड्याळात पाहिलं. ८ वाजायला थोडासा अवधी होता. तिने पट्कन सुप्रीला सांगितलं. सुप्री आकाशलाच शोधत होती. इतक्या गर्दीत , आवाजात काय शोधणार कोणाला. प्रवेशद्वारापासून अजूनही खूपच दूर उभे होते सगळे.

" सुप्री !! जरा घाई करावी लागेल आता. " ,

" का गं ? ? " ,

" तुला बोलली ना काल ... भंडारा आणि गुलाल उधळतात ... त्यांची वेळ ठरलेली असते ... माझ्या आठवणीत आम्ही ३ वेळा आलेलो इथे ... त्यामुळे

आताच काही वेळाने ते सुरु होईल असे वाटते. ती मध्ये उभी असलेली रांग दिसली का माणसांची.... " पूजाने सुप्रीला दुरूनच दाखवलं. गर्दी तर खूपच होती तरी गर्दीच्या मध्यभागात एक काही विशिष्ठ फेटे घातलेल्या माणसांची रांग , प्रवेशद्वारापासून थेट देवीच्या गाभाऱ्यापर्यंत होती.

" प्रवेशद्वारापासून ते एका मागोमाग एक असे भंडारा- गुलाल उधळण्यास सुरुवात करतील.... रांगेतच ... त्यातून आकाशला शोधणे आणखी कठीण होईल... आपण निघूया पट्कन ... पळ ... " दोघी धावतच पुढे गेल्या. बाकी उरलेले कादंबरी - तिचा ग्रुप... सामान सर्व एका ठिकाणी ठेवून निघाले. गर्दीत मिसळून गेले. प्रवेशद्वार खूपच मोठे होते..... त्या दोघी त्याच्या एका बाजूला पोहोचल्या. सुप्रीचे लक्ष दुसऱ्या बाजूस गेलं.

" मी त्या बाजूला जाऊ का .... तिथून आला तर आकाश... " शक्यच नव्हते दुसऱ्या बाजूला जाणे.

" नाही जमणार गं ... गर्दीतून कसे जाणार ... आपण एक काम करू ... बाकीचे तर आहेत आपल्या ग्रुपचे .....कोणीतरी त्या बाजूला जाईलच ... आपणही या बाजूने पुढे जाऊ आणि येताना दुसऱ्या बाजूने जाऊ .... चालेल ना .. " पूजाचे बोलणे सुप्रीने मान्य केले.

==

" चल .... इथेच उभा राहणार आहेस का ... " आकाशने सलीमला विचारलं.

" मी नाही जात देवळात ... बाहेरूनच पाया पडतो... " ,

" कमाल करतोस ..... एवढा प्रवास करत आलो. चल ना ... दर्शन घेऊ... " सलीमने सिगारेट पेटवली.

" मी देवळात जातो ते जेवायला मिळते म्हणून ... नाहीतर देवाला दुरूनच नमस्कार करतो.. इथे यायचे कारण सांगितले तुला... गर्दी बघ ...... अश्या गर्दी पासून नेहमीच दूर राहतो मी ... तू जाऊन ये ... एक काम कर ... ती सॅक इथे ठेवून जा ... इतक्या गर्दीत चालताना कुठे सांभाळणार ... घाबरू नकोस .... पळून जाणार नाही तुझे सामान घेऊन ... " आकाशने हसतच त्याची सॅक सलिमकडे सोपवली.

सलीमनेही त्याची सॅक काढली आणि आकाशच्या सॅकच्या पुढे ठेवली. आकाश पुढे निघून गेला. क्षणातच गर्दीत दिसेनासा झाला. थोड्यावेळाने कादंबरी फिरत फिरत , फोटो काढत त्याच्यापाशी पोहोचली. तसे बघावे तर आणखी काही शहरातील मंडळी , फोटोग्राफर तिथे आलेले दिसत होते. सलीम आरामात सिगारेट ओढत

होता , त्या गर्दीकडे पाहत.

" ओ ... सिगारेट कशाला ओढता .... देवीच्या ठिकाणी ... देवीचा उत्सव आहे ना ... " कादंबरी सलीमला बोलली. त्याने तिच्याकडे एकदाच पाहिलं. नंतर पुन्हा त्या गर्दीकडे पाहू लागला. कादंबरीने त्याला निरखून पाहिलं. विचित्र वाटतो ना ... मळके , फाटलेले कपडे.... विस्कटलेले केस.... वाढलेली दाढी... दोन - दोन मोठ्या सॅक.. एवढ्या मोठ्या सॅक कसा घेऊन फिरत असेल हा ...

" तुमच्याच आहेत का दोन्ही .... त्या सॅक .... एवढ्या मोठ्या... " कादंबरीने त्याला पुन्हा विचारलं. यावेळेस सलीम बोलला.

" पाहिजे आहे का .. घेऊन जा मग ... " कादंबरीने त्याला बघून नाक मुरडलं. दुसऱ्या बाजूने निघालेली कादंबरी , बोलण्याच्या नादात आणि " खडूसपणाचे जगातील सर्वात मोठे उदाहरण " मनातल्या मनात बोलत कादंबरी पुन्हा , पूजा-सुप्रीच्या मागोमाग त्या गर्दीत शिरली.

त्या मोठ्या समुदायातून वाट काढत काढत आता कुठे प्रवेशद्वार जवळ आलेलं. इतक्यात जमलेले सर्वच ... मोठ्या मोठ्या घोषणा देऊ लागले. " आई जगदंबेचा ... उदो !!! उदो !!! .... महालक्ष्मीचा ..... उदो !!! उदो !!! " सर्व आसमंत त्या आवाजाने भरून गेला. एवढी सर्व जमलेली माणसं एकत्र ओरडत होती. आकाश सुद्धा पलीकडल्या बाजूने आत शिरला.

" चल सुप्री ... जलद गतीने चल... आता सुरुवात .... " पूजा बोलतच होती. आणि प्रवेशद्वाराच्या अगदी जवळ आलेल्या माणसाने पहिला भंडारा उधळला... त्यानंतर त्याच्या शेजारी असलेल्या माणसाने गुलाल हवेत भिरकावला. सुप्रीला कळलं, ती जलद गतीने .... गर्दीतून वाट काढत ... आकाशला शोधत पुढे पुढे निघाली.

आणि मग ती एक शृंखलाच सुरु झाली, ते उभे असलेले एका मागोमाग एक असे पिवळा भंडारा आणि लाल गुलाल उधळू लागले. आकाश दुसऱ्या बाजूने निघाला होता. पूजा तर केव्हाच मागे राहिली होती. आकाश - सुप्री एकमेकांना समांतर चालत होते. दोघांच्या प्रत्येक पावलागणिक आसमंतात गुलाल - भंडारा उधळला जात होता. नगारे - ढोल बडवले जात होते. आकाश आनंदाने आणि उत्साहाने देवीच्या दर्शनाला निघाला होता, तर सुप्री फक्त आकाशला भेटायला निघाली होती. दोघांमध्ये होती ती फक्त या भाविकांची प्रचंड गर्दी आणि या रंगांची

भिंत.... देवीच्याच मनात असेल तसे ... इतके जवळ असून सुद्धा एकमेकांना बघू शकत नव्हते. आकाश त्यामानाने त्या गर्दीतून वाट काढत जलद पुढे आला. सुप्रीच्या वाटेत जरा जास्तच गर्दी होती. तिला आकाश कुठे दिसलाच नाही. सुप्रीचे लक्ष समोर नव्हतेच... आजूबाजूला ,मागे बघत चालत होती ती. आकाश देवीच्या समोर आला. अजूनही सुप्रीचे लक्ष नव्हते तिथे. आकाश देवी समोर उभा राहून पाया पडत होता. सुप्री ... एकदा तरी समोर बघ..... तेव्हाच देवी जवळच्या एका पुजाऱ्याने शंखनाद केला. सुप्रीचे लक्ष तिथे जातच होते. तर ती तिथे असलेल्या लाकडी काठीला आदळली. आणि त्याच्या आधाराने वर बांधलेलं कापड , ज्यात फुलांच्या पाकळ्या वेगळ्या करून ठेवलेलं , गुलाल मिसळून ठेवलेलं असे सर्व तिच्या अंगावर पडले. सुप्रीने काही काळ डोळे मिटून घेतले. ते बघून तिथे लावून ठेवलेल्या तश्या बऱ्याच कापडी पुड्या सोडण्यात आल्या.

सर्वत्र फुलांच्या पाकळ्या आणि गुलाल .... समोरचे काही दिसत नव्हते इतका रंग मिसळला होता हवेत. आकाश तिथून बाजूला जाऊन उभा राहिला. थोडावेळ तिथेच थांबणार होता, मंदिराच्या एका खांबाजवळ त्याला एक लहान मुलगा रडताना दिसला. सामान्यतः , अश्या गर्दीत लहान मुलांना आणत नाहीत. त्यांना मंदिराबाहेर व्यवस्था केलेल्या जागेत , आई किंवा वडिलांसोबत ठेवतं, हे आकाशने आधीच पाहिलं होते. हा इथे कुठून आला. आकाशने त्याला उचलून घेतले. हरवला असावा , कारण बाकी कोणाचे लक्ष नव्हते त्याच्याकडे. आकाशला तिथे थांबायचे होते, पण ते लहान मुलं इतके रडत होते कि त्याला लवकरात लवकर या गर्दीतून बाहेर घेऊन जायला हवे , असं आकाशने ठरवलं. निघाला.

सुप्री आता कुठे देवीजवळ पोहोचली होती. नतमस्तक झाली. आणि पुन्हा आकाशला शोधू लागली. पूजा आताही फार दूर होती सुप्रीपासून... तिथूनच ती आकाशला बघत होती. अचानक तिला " कोणीतरी " दिसला. या सर्वात वेगळे कपडे घातलेला. सोबत छातीशी एक लहान मुलं ... त्याचा चेहरा दिसला नाही. गुलालाने माखलेले त्याचे केस आणि कपडे ... त्याच्या मागे जात होती पूजा , पण गर्दीतून वाट काढत पलीकडे जाणे शक्यच नव्हते. तरी प्रयत्न करून बघितला तिने. नाहीच जमलं. हळू हळू वाट काढत ती सुप्री जवळ आली.

" दिसला का तुला डब्बू .... " सुप्रीने नकारार्थी मान हलवली.

" तुला .... ?? " ,

" एक दिसलेला ... पण तोच होता ते सांगू शकत नाही. ... " ,

" कोण होता .... तू तर ओळखतेस ना आकाशला ... ",

" म्हणून तर .... confused झाले .... चेहरा दिसला नाही... पेहराव आपल्या सारखा .... शहरातला .... आणि सोबतीला लहान मुलं ... ",

" कॅमेरा , पाठीवर सॅक ... होती का ... ",

" नाही ... फक्त त्याने एक लहान मुलं उचलून छातीशी धरले होते. ",

" मग आकाश नसेल तो ... त्याचा कॅमेरा , सॅक सोडतो का कधी तो ... नाही गं .. नसावा तो आकाश... " सुप्री बोलली.

आकाश जलद गतीने , जेवढ्या लवकर जमेल तितक्या वेगाने गर्दीतून बाहेर आला. लोकांची गर्दी आणखीनच वाढत होती. त्या लहान मुलाला सुखरूप , त्या ठिकाणी ठेवून तो सलीमच्या शेजारी येऊन उभा राहिला.

" झालं का दर्शन .... कि करायचे आहे अजून.. ",

" झाले दर्शन ... थांबायचे होते पण एक लहान मुलं हरवले होते , त्याला घेऊन आलो बाहेर ... ",

" मग थांबूया कि निघूया ... ते सांग .... इथे प्रसादाचे जेवण मिळत नाही. पुढे असते ते ... " सलीमच्या बोलण्यावर आकाश हसला. दोघांनी त्यांची सॅक पाठीला लावली आणि दोघे जेवणासाठी पुढे निघाले.

खूप वेळाने , पूजा - सुप्री दुसऱ्या वाटेने बाहेर आल्या. आकाश तर दिसलाच नाही. काही वेळाच्या अंतराने एक एक ग्रुप मेंबर ठरलेल्या जागी पोहोचले. सगळ्यांना देवीचे दर्शन झालेलं तरी आकाश कोणालाच दिसला नाही. दुपारचा १ वाजला.

" सुप्री ... चल जेवून घेऊ... " पूजा म्हणाली.

" नाही ... नको ... आकाश येईल ना .. " पूजा सुप्री पाशी आली.

" आपण जास्त दूर नाही जाणार ... इथं प्रसादाचे जेवण मिळते. तिथे जाऊ .... कदाचित तिथेही असू शकतो आकाश... " पूजा बोलली तशी सुप्री तयार झाली. ते सर्व तिथे जेवायला पोहोचले पण आकाश तर केव्हाच निघून गेलेला. सर्वांचे जेवण झाले. सुप्री पुन्हा त्या जागी येऊन उभी राहिली, आकाश दिसतो का ते बघायला. अगदी संध्याकाळ पर्यंत वाट बघून सुद्धा आकाश दिसला नाही.

सुप्री नाराज होती. पुजाची मनस्थिती ही तशीच. अजूनही उत्सव संपलेला नव्हता, तरी आता आकाश दिसेल याची शक्यता मावळली होती. आज या सर्वांचा मुक्काम तिथेच जवळपास होता. सुप्री अजूनही दुरूनच, त्या देवळात येणारी गर्दी पाहत

होती. पूजाला कळत होते पण काय करणार... कादंबरी आज पूर्ण दिवस फोटो काढून, चालून , मध्ये मध्ये कोण कोण नाचत होते... त्यांना नाचात साथ देऊन दमलेली... झोपी गेली. पूजा सुद्धा आराम करत होती. खूपच धावपळ झालेली. पुढे काय त्याचा विचार करत होती.

==

आकाश - सलीम आज एकत्र राहणार होते. काळोख झालेला म्हणून पुढच्या गावात थांबलेले.

" एक सांगू का .... म्हणजे तुला राग येणार नसेल तर .... " आकाशने सलीमला विचारलं.

" सांग ... " .

" सकाळी कुठे निघणार आहेस ... कोणत्या दिशेने ... " ,

" माहित नाही ... तुला सांगितले आधीच ... पाय घेऊन जातील तिथे.. ",

" मग माझ्या सोबत कर ना प्रवास ... तुला गड - किल्ले - डोंगर कसे दिसतात पावसात ... ते दाखवतो.. " ,

" का ... मलाच का ??" ,

" मला वाटते , तुला जो पावसाचा राग आहे ना ... तो निघून जावा ... आणि तरीही ... इथून पुढे कसे जावे ... माहित नाही मला... कोणीतरी हवा सोबतीला माझ्या .... हरवलो तर .... " सलीम दुसऱ्यांदा हसला.

" ठीक आहे ... पण एक सांगतो.... नाही आवडलं ना , त्याच क्षणी तुझी आणि माझी वाट वेगवेगळी... ",

" Done !!! " म्हणत आकाशने हात पुढे केला. सलीम खूप वेळ त्याकडे बघत होता. आकाशने यावेळेस पुढे केलेला हात मागे घेतला नाही. सलीमने हसून हात मिळवलाच.

==

रात्रीची जेवणं झाली. सुप्री आज कमीच जेवली. भूकच नव्हती तिला. पूजा शेवटी तिच्या शेजारी जाऊन बसली.

" सुप्री अशी नाराज होऊ नकोस.... आकाश येऊन गेला असेल ... गर्दी बघितलीस ना ... कळलंच असेल किती कठीण होते ते ... आज सगळयांनीच खूप

try केले ना... " ,

" पुढे काय आता .... काय करावे .. " सुप्री ने विचारलं.

" पूढे निघायचे , सकाळी... " ,

" थेट राजमाची का .... " ,

" नाही .... पण आहे एक ठिकाण ... जरासा विसर पडला आहे ... पण शोधून काढू ... तिथे आकाश इथल्या प्रमाणेच जातो दरवर्षी... " ,

" कुठे जायचे नक्की ... " सुप्री विचारात पडली. पूजा काही बोलली नाही त्यावर , फक्त सुप्रीच्या खांदयावर हात ठेवून बसली. सुप्रीने तिच्या खांदयावर डोके ठेवले. पूजाचे लक्ष वर आभाळात गेले. आकाश !!! ऐकतो आहेस ना .... जिथे असशील तिथे ... येतो आहे आम्ही , तुला पुन्हा घेऊन जायला... तयार रहा !!! आज काय आभाळ मोकळे होते. त्यात अमावस्या ... आभाळभर चांदण्या चमचम करत होत्या. पाऊस आता आकाश सोबतच येईल... पूजा मनात बोलत होती.

==

आज आकाशने सलीमला पहाटे ५ वाजताच जागे केले. एवढ्या सकाळी जागे केले. सलीमला तसा वैताग आलेला. तरी याच्या सोबत प्रवास करायचे ठरले होते ना.... नाईलाजाने तो आकाश सोबत होता. तसे त्यांनी ५:३० ला चालायला सुरुवात केली तरीही अपुरी झोप, शिवाय कुठे जात होते ते माहित नाही. या मुळेच आकाशचा प्रचंड राग आलेला सलीमला. काळोख असल्याने समोर काय आहे, आजूबाजूला कोण आहे तेही समजत नव्हते.

" कुठे चाललो आहोत आपण.... " शेवटी न राहवून सलीमने त्याला विचारलं. आकाश थांबला.

" दम लागला का? " ,

" अरे माणसा !! एकतर इतक्या लवकर जागे केलेस. जवळपास एक तास होत आला आता. कुठे चाललो आहोत ते सांगत नाहीस. मी सोबत येतो आहे याचा अर्थ.... " आकाशने सलीमला पुढे बोलायला दिलेच नाही. आकाशने घड्याळात पाहिलं. मग सलीमकडे..

" पाऊस बघितला आहेस का कधी... " सलीमने डोक्याला हात लावला. आकाशला हसू आलं.

" चल.... मागे चालत रहा.. " आकाश बोलला आणि पुढे निघाला हि.

" मला जो प्रश्न विचारलास तो ... तुला तरी कळला का ... कि उगाच आपलं

विचारलं... " सलीमने चालता चालता विचारलं. आकाशने त्याचे उत्तर दिले नाही. " पाऊस बघितला का ... इतकी वर्ष फिरतो आहे ...... कोणी असं कधी विचारलं नाही... मूर्खासारखा प्रश्न.... " सलीम एकटा बडबडत त्याच्या मागून चालत होता. एवढं तरी माहित होते कि डोंगर चढत आहोत. आणखी काही " वैतागलेल्या मिनिटानंतर " सलीम - आकाश थांबले.

" आता तू दमलास वाटते... निदान हे तर सांग , कुठे चाललो आहोत ते.. आणि मगाशी काय विचारलं ... पाऊस बघितला आहेस का .. काय नक्की " सलीम आकाशला किती काय काय विचारत होता.
" मागे बघ... " आकाश इतकंच बोलला.
सलीमने मागे वळून पाहिलं. डोंगर माथ्यावरून दिसणारा सूर्योदय पहिल्यांदा सलीम अनुभवत होता. ढगांच्या आडून... दूरवर होणारा सूर्योदय.... सोनेरी किरणे चेहऱ्यावर येतं होती. समोरचे छोटे शिखर, त्या सोनेरी रंगात न्हाऊन निघत होते. आकाशने त्याच्या खांदयावर हात ठेवला. " तूला विचारलं ना ...पाऊस बघितला आहेस का कधी ... तो बघ पाऊस.. " आकाशने सलीमला समोर बघायला सांगितले. समोर दिसणारं शिखर... ते सोनेरी उन्हात... त्यापासून दिसणारे... त्यांच्या उजव्या बाजूला... आणखी पुढे पावसाचे आगमन झालेलं... सलिमने लगेच त्याच्या डाव्या बाजूला पाहिलं, तिथेही पावसाची लगबग सुरु झालेली. बघितला पाऊस त्याने !! डोळ्यासमोर दिसणारे खरेच .... कि ... स्पप्न !! सलीमला काय बोलावे , कसे रिॲक्ट व्हावे समजत नव्हते. डोळ्यातून पाणी कधी आले तेही कळलं नाही त्याला.

पुढली १० मिनिटे तशीच शांततेत गेली. आकाश तिथे खाली बसून सलीमकडे बघत होता. सलीम अजूनही स्तब्ध उभा तसाच. काही वेळाने सलीम , आकाशच्या शेजारी येऊन बसला. काही ना बोलता , जे समोर घडत होते त्याकडेच पाहत होता.
" Thanks !! " सलीम बोलला. आकाशही भानावर आला.
" thanks कशाला.... पाऊस का आवडावा त्याचे कारण दाखवले तुला... " ,
" त्यासाठी नाही बोललो thanks ... " सलीम डोळे पुसत म्हणाला.

" मग ... " आकाशने सलीमकडे पाहिलं. नुकताच दूरवर सूर्य दिसायला लागला होता. पावसांच्या ढगांच्या काहीसा वर ... एक अस्पष्ट असे इंद्रधनू तयार होतं

होते. ते पाहून सलीमच्या चेहऱ्यावर एक वेगळेच हास्य उमटले.
" तिची आठवण करून दिलीस ... " आकाशने त्याच्या खांदयावर हात ठेवला.

==

" पूजा ... कुठे जायचे आहे ते तरी सांग.. " कादंबरी तिचे सामान भरत बोलत होती. पूजाच्या डोक्यात काही वेगळेच सुरू होते. ती सुप्रीकडे बघत सामान भरत होती. सुप्रीने सकाळी लवकर उठून तिचे सामान भरून ठेवले होते. आताही ती त्या मंदिराच्या वाटेकडे नजर लावून होती.
" ओ मॅडम .... तुम्हाला विचारल... कुठे निघालो आहोत आपण ... " कादंबरी पूजाच्या समोर येऊन उभी राहिली. पूजा अजूनही सुप्रीच्या विचारात. शेवटी , कादंबरीने पूजाचे दोन्ही खांदे पकडून तिला हलवले. "
काय....... काय .... थांब ना ... " पूजा जागी झाली.
" कधी पासून विचारते आहे तुला... कुठे लक्ष आहे पोरीचे... " ,
" काही नाही गं ... सुप्रीचा विचार करत होते. ",
" काय झालं ... " ,
" तिला बोलले तर आहे ...आकाशला घेऊन येऊ ... पण डब्बूच्या मनात काय सुरु आहे हे त्यालाच माहित... तो तयार होईल कि नाही, हि पुढची गोष्ट... तो आधी भेटला पाहिजे गं ..... सुप्रीला पुन्हा नाराज नाही करायचे मला ...." ,
" गणू आहे ना सोबत आपल्या... टेन्शन नही लेने का बाबू ... " कादंबरीने पूजाला मिठी मारली. पूजा जरा शांत झाल्यासारखी वाटली.

" बरे .... आता सगळ्यांची तयारी झाली आहे, कुठे निघायचे , कधी निघायचे ठरवले आहेस ना... ",
" हो ..... निघायचे आताच... पण एक वेगळी भीती वाटते आहे. !!!! " ,
" काहीच मनात आणू नकोस.... बाप्पा आहे ना .. टेन्शनला सांग .... माझा गणू किती मोठा आहे ते...घाबरून पळून गेला नाही तर नाव बदलून टाकू ... " ,
" कोणाचं ... ",
" तुझ्या डब्बूचं .. "
कादंबरीच्या या बोलण्यावर खरच पूजाला हसू आलं. थोडावेळ हसण्यात गेला. सुप्री तोपर्यंत यांच्या जवळ आलेली.
" काय जोक सुरू आहेत... मला तरी सांगा .. " सुप्रीने विचारलं.

" हि बया ... डब्बूचे नावं बदलायला निघाली आहे. " पूजा हसत म्हणाली. पूजाने कादंबरीचा किस्सा सांगितला. तीही खदखदून हसू लागली. काही वेळाने सर्वांची निघायची तयारी झाली. हवामानाचा अंदाज बघून पूजा निघाली , पुढल्या प्रवासाला.

आज मात्र पूजा सर्वांच्या मागून चालत होती. पुढे चालणाऱ्या ग्रुपमेंबरला पुढची वाट सांगून पूजाने मागून चालण्याचा निर्णय घेतला होता. कादंबरी - पूजा पुढेच होत्या. कादंबरीने पूजाला आज एकटे सोडले होते. सुप्रीने एकदा विचारलं ही , पूजाचे मागे राहणे. तरी कादंबरीनेच तिला थांबवले होते. कदाचित आकाशचे असे जाणे , हा तिचा दोष होता असे मानत असावी पूजा. त्यामुळेच आज तिचा प्रवास नेहमी सारखा नव्हता. त्यात या मंदिरात झालेली चुकामुक.... किती विचार करावा अजून त्याचा.... पूजा त्यामुळे जरा शांत वाटत होती.

==

सलीम - आकाशचा प्रवास सुरु झालेला. पण त्या दृष्याने सलिमची नजर बदलून टाकली होती. आताही तो आकाशच्या मागून चालत होता. तरी नेहमी सारखा वाटत नव्हता. आकाशला फरक कळत होता. काही न बोलता त्या दोघांचा प्रवास सुरु होता. दुपार झाली तसे दोघे थांबले. जवळच असलेल्या गावात दुपारचे जेवण मिळते का ते बघायला गेले. जेवण झाले. पोटभर नसले तरी मन भरावे इतके होते.

जेवण झाल्याने थोडावेळ विश्रांती घेऊन पुढचा प्रवास करू असे आकाशने ठरवले. गावापासून दूर असलेल्या एका टेकडीच्या पायथ्याशी आले दोघे. तिथेच असलेल्या एका मोठया दगडावर आकाश जाऊन बसला. त्याच्या सोबत असलेला सलीम , त्याच्या बाजूला न बसता ... खालीच बसला. " पाऊस बघितल्या " नंतर सलीम अजूनही शांतच होता. इतका वेळ शांतच. कोणी सुरुवात करावी तेच कळत नव्हते. आकाशने सलीमकडे एक नजर टाकली. सलीम समोर पाहत होता. आकाशने हि समोर बघायला सुरुवात केली.

दुपार असली तरी पावसाळी मेघांचे आगमन झाल्याने ऊन - पावसाचा खेळ सुरु होता कधी पासून. गावसुद्धा दुपारच्या जेवणाने सुस्तावलेले वाटत होते. एखादं -दुसरा सोडला तर गावात फक्त कौलारू घरेच आहेत असे भासत होते. पक्षांनी

सुद्धा आराम करायचे ठरवलं असावं बहुदा. ढगांसोबत येणाऱ्या वाऱ्यासोबत सळसळणारी झाडेच तेवढी वातावरण जिवंत ठेवण्यास मदत करत होती. त्यांचाच काय तो आवाज....... इतकी शांतता.... आभाळात सुद्धा ढगांचे वेगवेगळे आकार, कधी-मध्ये डोकावणारा सूर्य.

" तीच नाव ... हेमलता ... " सलीम बोलला खूप वेळाने. आकाशने त्याकडे पाहिले, सलीम समोर बघूनच बोलत होता. " छान होती.... नाकी - डोळी नीटस... तब्बेतीने छान होती. अचानक आलेली आयुष्यात माझ्या.... जबरदस्ती करून बोललास तरी चालेल... तरी आवडायची सोबत तिची. बडबड तर किती करायची. मधेच एखादा जोक.... " सलीम स्वतःशीच हसला. आकाशला छान वाटलं सलीम बोलत होता ते.

" तिचे बोलणे आता आठवत नाही... इतकी वर्ष झाली ना... खूप बोलायचो आम्ही.... तीच जास्त बोलायची .. इतक्या वर्षे आलेल्या वादळाने तिचे बोलणे उडून गेले.... पण तिचे हसणे आठवते , अगदी स्पष्ट... हसताना गाल असे गुलाबी होयाची... गुलाबाचे फुल जसे.... " सलीम भारावून बोलत होता.

" तो सकाळी पाऊस दाखवलास ना... तसा पाऊस आला कि बसल्या जागेवरून उठून खिडकीकडे पळायची. ऑफिस मध्ये आहोत कि नाही , याचा विसर पडायचा तिला. काहीतरी होयाचे तिला. अशी ओझळ पुढे करून पावसाचे थेंब झेलायची... ओजळीतले इवलेसे तळे, मग पिऊन ... स्वतःची असलेली पावसाची तहान... काही काळ का होईना.... शमवायची.... तेवढ्यापुरती.... पुन्हा ते पावसाचे प्रेम .... प्रेम नाही वेड ... वेडेपणा.... प्रत्येक दिवशी असे ओथंबून यायचे तिचे पावसावरचे प्रेम... पावसाकडे बघत एक छान असे हास्य तिचे ओठांवर यायचे... गालावर खळी नसली तरी .... आनंदाने क्षणभर का होईना .... गाल गुलाबी होऊन जायचे तिचे.... " सलीमच्या गालावर आता त्याच्या डोळ्यातील पाणी होते.

आकाशला सुद्धा सुप्रीची आठवण झाली. सलीम बोलतच होता. " विचित्र वागायची कधी... पण मनात कधी काही नसायचे... शुद्ध मन म्हणतात तसे काही. न सांगताच खूप काही करायची माझ्यासाठी... कोण होती... आमचं नातं काय... काही कळायचे नाही. माझ्या सारख्या अनाथ.... कोणी नसलेल्या मुलाला... काय पाहिजे अजून... ऑफिस सुटले तरी आम्ही किती वेळ फिरत असायचो... दिवसातला जितका वेळ तिला देता येईल.... नाही.... जितका जास्त

वेळ तिला देता येईल असा नेहमीच मी प्रयत्न करत असायचो..... पण काय करणार ... होते कधी कधी.... मीच कमी पडलो ना ... " सलीमच्या डोळ्यात अजूनही पाणी होते.

आकाश त्याच्या जवळ येऊन बसला. त्याला सावरलं. सलीमने डोळे पुसले.
" विषय बदलूया का ... " सलीमने मानेने होकार दिला. " तू इतकी वर्ष फिरतो आहेस ना ... मग फक्त गावात का फिरतोस.... या अश्या रानावनात का नाही.... तिथे का जात नाहीस.. " सलीमच्या चेहऱ्यावर थोडे हास्य परतले या प्रश्नावर...
" मी जंगलातच फिरत असतो.... मला नाही आवडत माणसं .... गर्दी.... भूक लागली तरच गावात जातो... " हि मात्र आकाशसाठी वेगळी माहिती होती.
" तू तर बोललास.... अश्या डोंगररांगापासून दूर राहतो... ",
" हो ... ते तर खरं आहे... डोंगरावर जात नाही मी... जंगले काय फक्त डोंगरावर असतात का... " सलीम बोलला तसं आकाशला हसू आलं. " बरोबर कि .... बरोबर बोललास... " आकाश त्याच्या खांदयावर हात टाकून तसाच बसून होता. आणखी गप्पा - गोष्टी रंगल्या... हसून बोलणे , एकमेकांना दाद देणे... छानच वेळ गेला.

==

आज संध्याकाळ अंमळ लवकर झाली. पावसाच्या ढगांचे आगमन त्यामुळे सूर्य देवाला आपला कारभार लवकर गुंडाळावा लागला. पूजा आणि त्याच्या ग्रुपने आधीच तंबू उभारून ठेवले होते. चालून थकलेले... आराम हवाच ना... अजूनही थोडा प्रकाश होता सोबतीला. माळरानावर तंबू उभे केले होते यांनी. पूजा एकटीच पुढे जाऊन बसली होती. सुप्रीला कळण्या इतपत पूजाचा स्वभाव कळू लागला होता आता. आणि ती आता आकाशच्या विचारात होती हेही तिने ओळखले. कादंबरीला पाहिले तिने. ती तिचा कॅमेरा साफ करण्यात मग्न. सुप्री पुजाजवळ आली.

संद्याकाळची उन्हे परतू लागलेली. त्यात आभाळात गर्दी करणाऱ्या ढगांनी ती उन्हे आधीच परतून लावली होती. श्रावणात रंगणार पावसाचा खेळ आधीच रंगलेला जणू. काही ठिकाणी तर लख्ख ऊन आणि त्यातून दिसणारी ढगांची सावली. कसा विचित्र असतो हा निसर्ग. मावळतीलाही ऊन घेऊन येतो. पूजा तेच पाहत बसली होती. समोर पसरलेलं अफाट असे हिरवं माळरान.... त्यात हे सर्व खेळ सुरु होते निसर्गाचे... सुप्री कधी तिच्या शेजारी येऊन उभी राहिली कळलं नाही

तिला.

" बस .... बस सुप्रिया.... कधी आलीस... कळलंच नाही... " पूजा बोलली.
" तू जेव्हा विचारात हरवली होतीस ना .. तेव्हा पासून उभी आहे मागे मी... " सुप्री तिच्या बाजूलाच बसली. " आकाशचा विचार करते आहेस ना... " यावर पूजाने सुप्री कडे पाहिलं. " बघते आहे तुला मी... त्या देवळातून निघालो आहोत आपण, तेव्हा पासून तुझा चेहरा सांगतो सर्व.... प्रचंड विचार करते आहेस... अर्थात आकाशचाच विचार असणार... बरोबर ना !! " ,
" मला वाटतं राहते सारखं... डब्बूने घेतलेला निर्णय ..... गेली ४ वर्ष... त्याने असे दूर राहणे.... माझ्यामुळे ... " सुप्रीने मधेच तिचे वाक्य तोडले.
" असं काहीच मनात आणू नकोस तू... तो निर्णय माझा आणि आकाशचा होता.... शिवाय त्याला त्याची space देणे .. हेही माझंच बोलणे होते. सांगायचे झाले तर तो .... माझ्यामुळे गेला... " सुप्रीला हे बोलताना भरून आलेलं.

" येणार पुन्हा डब्बू... देवळात भेटला नाही.... तरी पुढे गाठायचे त्याला.. हे नक्की.. " पूजा आत्मविश्वासाने बोलत होती.
" आपल्याला कुठे जायचे आहे आता... तू बोलली होतीस ना.. तिथेही आकाश न चुकता जातो का... तिथे जाण्याचा दिवस ठरला आहे का... जशी हि यात्रा होती ... तस आहे का काही .... "

" नाही .... तस काही नाही . माझ्या आठवणीत आहे जागा ती... अशी काही ठरलेली तारीख नाही ती... या देवळातून आम्ही तिथे जायचो.... अलिप्त अशी जागा आहे ती... एक लहानगी टेकडी.... सांगते कशी आहे ती... दोन मोठ्या डोंगराआड , एक लहानशी टेकडी..... त्यावर एक अर्धवट बांधकाम असलेला किल्ला.. छोटा किल्ला... कोणी असा अर्धवट किल्ला बांधला माहित नाही... तिथे कोणीच जात नाही. गंमतीची गोष्ट अशी कि हि जागा कोणालाच माहित नाही. डब्बू माहित आहे ना ... शोधत असतो काही ना काही... तसेच एकदा फिरताना त्याने तो किल्ला आणि ती टेकडी शोधून काढली. मग काय... आधी त्या देवळातली जत्रा , मग हा किल्ला आणि ११ जूनला राजमाची .... असा प्रवास सुरु झाला.... पण सर्वात आधी आम्ही गेलो होतो ते राजमाचीला....त्यानंतर पुढल्या वर्षांपासून बाकीच्या जागा सुरु झाल्या. आता त्या टेकडीचा रस्ता जरा विसरली आहे मी तरी जाऊ शोधत... निदान बघून तरी येऊ... " ,

" पण आकाश तिथे येऊन गेला का ते कळेल का आपल्याला... " सुप्रीचा पुढचा प्रश्न.
" नाही , ते नाही कळू शकत... तरी जर तो तिथे गेला आणि थांबला तर आपली भेट होऊ शकते. नाहीतर आपण ११ जूनला राजमाचीला गाठूच त्याला... " पूजाच्या या वाक्यावर सुप्री छान हसली.

==

आजची रात्र जरा जास्तच थंड जाणवत होती. आकाश - सलीमचा आजचा मुक्काम डोंगरावर होता. जवळपास कोणताच गाव आजूबाजूला नव्हता. त्याचा अंदाज लावून आकाशने तिथे वर थांबण्याचा निर्णय घेतला होता, जेणेकरून पहाट झाल्यावर पुढचा रस्ता दिसू शकेल.

शेकोटी पेटवून दोघे त्याच्या जवळच बसले. सलीम आभाळात प्रवास करणाऱ्या ढगांकडे पाहत पावसाचा अंदाज लावत होता. आकाशची नजर सलीमकडे, कुतूहल ... दुसरं काय !! सलीमचे ‘ आकाश ’ निरीक्षण झाले आणि त्याचेही लक्ष आकाशकडे गेले.
" काय बघतोस रे !! " त्याच्या प्रश्नावर आकाश हसला.
" काही नाही. " आकाशने उत्तर दिले. " मला सांग. इतकी वर्ष फिरतोस... प्रचंड माहिती असेल ना तुला.. " आकाशने सलीमला विचारलं.
" खूप काही... या निसर्गाने खूप शिकवलं. त्यानेच दाखवून दिले, माणसांची काय जागा असते ते. " हे मात्र आकाशला पटलं.
" तू सांग... तुही फिरतोस ना ... तुझा अनुभव सांग. ",
" तसं मी खूप आधी पासून फिरतो. त्यामुळे तू बोललास ना ... माणसाची किंमत शुन्य आहे निसर्गात , ते पटते मला. आणि खरच आहे ते , आपली काळजी निसर्गचं घेतो.. त्यापुढे कसे कोण जाणार.... " ,
" किती वर्ष सुरु आहे भटकंती तुझी..... " ,
" माहिती नाही..... कदाचीत गेली १२ वर्ष, पण तुझ्या सारखं नाही जमणार. तू तर गेला नाहीस परतून. मी माझे फोटो काढून झाले कि मी शहरात जायचो. फोटो मॅगजीनला देयाचो. काही पैसे घेयाचो आणि पुन्हा भटकायला बाहेर. एक सांग.... तू तर भटकत असतो ना... तेही इतकी वर्ष... पैसे .... ????? " सलीमला प्रश्न समजला.

" पैसे कुठून येणार... मी निघालो तेव्हा, होते काय ते पैसे... थोडे सोबतीला घेतले होते, उरलेलं दान देऊन टाकले. सोबतीला घेतलेले पैसे थोड्याच दिवसात संपले. त्यानंतर तुला बोललो तसे. गावात जाऊन जेवतो नाहीतर मंदिरात ... नाव बदललं कि पोट भरते. कपडयांचे सांगायचे झाले तर गावातच मिळतात. जुने - पुराणे कपडे मागितले तर देतात... फाटके - मळलेले.. काहीही चालतात मला. हि सिगारेट .... गावत मदत लागली, घर उभारायला मदत करायची, कधी लाकडं तोडून देणे, अंगणातला कचरा काढून देणे... काहीही मदत लागली कि करतो. पैसे न घेता खायला मागतो. आणि सिगारेटचे पाकीट मिळालं कि झाली माझी सोय. पैशाची गरजच पडत नाही मला. आणि खर सांगायचे तर .... इतक्या वर्षात खरच.... पैसे नाहीत तर काही जगणं विसरलो नाही मी.... निसर्ग देतो भरभरून. त्यातून जितके पाहिजे तितके घेतो. बघ ना ... आजारी पडत नाही सहसा. तरी तसेच काही वाटलं तर आजूबाजूला कितीतरी औषधी वनस्पती आहेत. त्यांचा उपयोग होतो. दवाखाना... डॉक्टर ... काय गरज आहे. हे असे जगणे . मला ' खरं जगणं ' वाटते. " सलीम छान बोलला.

" तू बोलतोस छान... फक्त कोणी बोलायला नसते तुझ्यासोबत... बरोबर ना !! " आकाश बोलला. सलीमच्या चेहऱ्यावर खूशी जाणवली.

" मीही लिहायचो रे आधी. आधी मी एकटा , अनाथ... वाचायची सवय होती. आवड होती, त्यातुन लिहायची आवड लागली. खूप लिहायचो कविता... त्यात तिची ओळख झाली आणि कवितेला नवा रंग चढू लागला...... " सलीम थांबला बोलायचा. आकाश त्याच्याकडे बघत होता. खूप वेळाने बोलला.

" ती गेल्यावर तसही माझ्या आयुष्याचा रंग उडून गेला. लिहिण्यात काही अर्थ नव्हता. शिवाय हे असे जगणे. कुठे लिहिणार आणि काय.... बोलणे कुठे होणार कोणाशी... सारखा प्रवास आणि प्रवास...... माणसांना कुठे वेळ असतो कोणासाठी.... बोलायला तर नाहीच.... " ,

" तूला इथे बरेचसे ओळखत असशील.... ना " आकाशने मधेच विचारलं.

" हो तर ... मी तर फक्त या आसपास गावात फिरत असतो... या देवीच्या यात्रेला येतो तेवढा इथे.. नाहीतर पूर्ण महाराष्ट्र भर फिरत असतो मी. तू बाहेरही जातोस ना ... माझं कसं पोट भरले कि झालं... जास्तीत जास्त एक दिवस मुक्काम एका ठिकाणी... " बोलण्यात वेळ कसा गेला कळलं नाही. आकाशने घड्याळात पाहिलं.

" चल ... झोपूया आता ... उद्या लवकर निघू.... तुला एक आणखी छान असे काही

बघायला मिळेल उद्या .... " आकाशच्या बोलण्यावर आता सलीमचा विश्वास होता. दोघेही झोपले.

पहाटे ५ वाजता आकाशने सलीमला जागे केले. गेल्या काही दिवसात सलीमला सवय झालेली याची. आकाश लवकर जागा करायचा त्याला. काहीतरी छान असणार हे नक्की. त्याचीच तयारी करून दोघे निघाले. " कुठे निघालो आहोत... " सलीमने चालता चालता विचारलं. " जास्त दूर नाही इथून... जवळच आहे.. मला तिथली पहाट... सूर्योदय सुखावतो. त्यासाठीच लवकर निघालो. पुढल्या अर्ध्या - पाऊण तासात पोहोचू... " आकाशने चालताना explain केले. बोलल्याप्रमाणे , वेळेत पोहोचले. आकाशने घड्याळात पाहिलं. सकाळचे ६:३० वाजलेले. काही वेळाने सूर्य देवाचे दर्शन होईल , असा अंदाज लावला आकाशने. " बसुया खाली .... " आकाशने सलीमला सांगितले.

आजूबाजूला , शेजारी... समोर.... सर्वत्र धुकं पसरलं होते. त्यामुळे काही दिसतं नव्हते. आकाशला ती जागा माहित होती म्हणून निव्वळ अंदाजाने ते तिथे आलेले होते. काही क्षणांचा अवधी, पूर्वेकडून सोनेरी किरणे फेकत सूर्यदेवाचे आगमन झाले. धुक्याची चादर हळू हळू मागे पडू लागली. एका अर्धवट बांधकाम झालेल्या किल्यावर आहोत , हे सलीमने चट्कन ओळखले.

जसा सूर्य वर येऊ लागला तसं आजूबाजूचे , समोरचे स्पष्ट दिसू लागले. समोर , दूरवर पसरलेली डोंगराची रांग... त्यावर विसावलेले , प्रवास करून दमलेले ढग ... दिसत होते. काही रात्रीचा प्रवास करणारे पक्षी .... पहाटेच्या कुंद वातावरणात सुद्धा थव्याने प्रवास करत निघालेले. सलीम भारावून गेला. उभा राहिला. आणि जरा पुढे आला. खाली पसरलेले धुके आता विरळ होतं होते. अस्पष्ट वाटा ... घनदाट झाडी दिसत होती. त्या झाडीतूनच उरलेलं धुकं वर येऊ लागले होते. जणू त्या रानात लपलेले काही ढग आता वर येऊ पाहत होते. वातावरण आणखी स्वच्छ होऊ लागले , सलीम लक्ष देऊन पाहू लागला.

खाली दूरवर नजर जाईल तिथे फक्त हिरवा रंग फक्त.... इतकी झाडे -वेली .. झुडुपे.... काही उंच झाडे , काही बुटकी... त्यातून एक लालसर रंगाची पायवाट. काही शेते उभी होती. माहित नाही कसली. पण त्यात एक-दोन बुजगावणे दिसली

म्हणून ती शेतं असा अंदाज. आणि या सर्वात ... एकच घर होते तिथे. सफेद रंगाचे. एका मोठ्या वडाच्या झाडाखाली ते घर अगदी ताठ मानेने उभे होते. वडाचा विस्तार तो केवढा !!! एका वाऱ्याच्या झुळुकेने , त्याचे पान - पान सळसळून जायचे, तेव्हा वाटायचे कि तो वड जागा होऊन आजूबाजूला नजर फिरवत आहे. त्या वडाच्या थोडे मागे असलेल्या जागी कसलीशी उंच उंच झाडे रांगेत वाढलेली. त्यातून एखाद - दुसरा " लवकर " जागा झालेला पक्षी ... उगाचच त्या झाडाभोवती गोल फेऱ्या मारत होता. कुठेतरी दूरवर अनोळखी पक्षी... उगाचच केकाटत इतरांनाही जागे करत होता.

सलीमला काय बोलावे सुचत नव्हते. हा काय प्राणी आहे.... कळतच नाही. आपण इतकी वर्ष फिरतीवर आहोत. हे असे कधी ‘ बघण्यात ’ का आले नाही माझ्या... सलीम त्या निसर्गाकडे पाहत स्वतःशीच हसला. कितीवेळ तो नजर न हटवता समोरचे पाहत होता. मन भरणार नाहीच, तरी आकाशच्या शेजारी येऊन बसला. नुसता बसला नाही तर त्याच्या खांदयावर हात ठेवून बसला. आकाशला कमाल वाटली आणि हसूही आलं.

" काय साहेब ...... आवडलं का ?? " सलीमने आकाशला सलाम ठोकला.
" कसं .. काय ..... बघ .... बोलायला शब्दही नाहीत... तुलाच कसे माहित .... हे असे काही ..... निसर्गात असते ते ...आधी तो पाऊस बघायचे शिकवले आणि आता हे... ",
" शोधतो मी...... आणि हे दरवर्षीचे आहे.... मी इथे येतेच असतो. दरवर्षी न चुकता..... " आकाश बोलत होता. सलीम भारावलेला होता.

थोडावेळ शांतता. " यापुढे येणार आहेस का सोबत ?? " आकाशने सलीमला विचारलं.
" का रे ... ?? ",
" तूच बोलला होतास ना... नाही आवडलं तर तुझी आणि माझी वाट वेगळी... " आकाशने मस्करीत विचारलं. सलीमला हसायला आलं.
" बरा आहेस तू ... गेलो का सोडून... ते सोड... पुढे कुठे जायचे आहे... " ,
" राजमाची !! ",

" हम्म ..... नाव ऐकलं आहे. बघितलं नाही कधी. " ,

" आवडेल तुला... मी तर म्हणतो , तुलाही वेड लागेल त्या ठिकाणाचे.... शिवाय या पावसात त्या ठिकाणाचे सौंदर्य अधिक खुलते. म्हणून मी दरवर्षी पहिल्या पावसात त्याचे दर्शन करण्यास येतोच. [Note -: याचा पहिला संदर्भ येतो तो भटकंतीच्या अगदी पहिल्या कथेत .... " भटकंती - सुरुवात एका प्रवासाची " या कथेत. या कथेच्या अगदीच सुरुवातीला आकाश आणि राजमाचीचा उल्लेख आहे. कळले नसेल तर वाचावे. एक वर्तुळ पूर्ण झाल्यासारखे आहे हे] माझे या जगातील सर्वात आवडीचे ठिकाण .... राजमाची !! " ,

" कधी निघायचे " , सलीमला घाई झालेली.

" हो हो ... जाऊया .... अजून ११ जूनला २ दिवस बाकी आहेत... " ,

" ११ जून ? तेव्हा काय आहे... " ,

" माझा हा प्रवास त्यादिवशी सुरु झालेला... पहिल्यांदा मी आणि माझी एक मैत्रीण.... ११ जूनला राजमाचीला होतो. तेव्हाच ठरले होते माझे ... अशी भटकंती करायची आणि सुंदर निसर्ग याची देही डोळा पाहायचा. ती देवीची यात्रा ... हा अर्धवट किल्ला... हे आम्ही पुढच्या वर्षी पासून सुरु केले. पण ११ जून म्हणजे राजमाची. हे पक्के केले तेव्हापासूनच.... " ,

" मग निघूया का आता .... मला घाई झाली आहे ... " सलीम ....

" आज दुपार नंतर निघू.... तसही जास्त दूर नाही आहोत.. " आकाशने वर आभाळात नजर टाकली. " वातावरण थंड होते आहे. आणि इथे उंचावर थंडी अधिक जाणवते. शेकोटी पेटवतो का ... थोडा नास्ता ही करू... तुला औषधी चहा पियाला देतो. पिणार ना ... " आकाशने विचारलं.

" औषधी ?? " ,

" अरे वनस्पतीचा काढा ... तुझ्या इतकी माहिती नाही मला वनस्पतीची तरी कोणता काढा घेतला कि थंडी पळून जाते ते माहित आहे मला... मी आलोच ....." आकाश निघून गेला. सलीम शेकोटी पेटवायचा कामाला लागला.

==

मजल-दरमजल करत पूजा आणि तिचा ग्रुप " त्या " ठिकाणी पोहोचले. पोहोचले तेव्हा संध्याकाळ झालेली. पूजाने वेळेचा अंदाज बांधला, " चला पटपट तंबू बांधून घेऊ... " पूजाने पाठीवरली सॅक खाली ठेवली.

" आलो का आपण ... पण तो अर्धवर किल्ला का बुरुज दिसत नाही तो ... " कादंबरीने विचारलं.

" नाही ... " पूजाने शांतपणे उत्तर दिले.
" मग थांबलो का ?? " कादंबरीचा पुढचा प्रश्न. सुप्रीही विचारात पडली.
" आधी आपण तंबू उभारून घेऊ ... उशीर झाला तर पुन्हा काळोखात काम करावे लागेल. " पूजाचे म्हणणं ऐकून सगळे कामाला लागले. पुढल्या अर्ध्या तासात सर्व तंबू उभे राहिले.

" हं .... आता सांग... " कादंबरी पुन्हा आली.
" इथून १० -१५ मिनिटे लागतील तिथे जायला. जास्तीत जास्त अर्धा तास.." कादंबरीने कपाळाला हात लावला.
" मग आजच , आताच गेलो असतो ना .... " सुप्रीने पूजाचे बोलणे ऐकून रिप्लाय केला.
" आता गेलो असतो तर आकाश भेटला असता ना .. क ..... दा .... ची ...... त !! " सुप्री बोलली.
" तो थांबला असेल तर उद्याही भेटेल आपल्याला... " पूजा बोलली.
" पण आताही भेटू शकला असता ना ... " आता कादंबरी बोलली.

" थांबा दोघीनी.... मला बोलू तर दे ... " पूजा बोलली तश्या दोघी शांत झाल्या.
" आपण जिथे जाणार आहोत ना.... तिथून एक सुंदर नजारा दिसतो, त्यातून तिथला सूर्योदय सुरेख , अवर्णनीय असतो.... आकाश त्यासाठी जातो तिथे. आम्ही यायचो ना इथे , तेव्हा रात्रीचा मुक्काम असा पायथ्याशी असायचा. मग पहाटे लवकर उठून सूर्योदयाचा अनुभव घ्यावा , हा डब्बूचा प्लॅन.... त्यामुळेच... आता जाऊनही तो थांबला असेल तर उद्या भेटलेच... नाहीतर पहाटेचा नजारा बघता येईल.... तिथे तंबू बांधून राहण्यासारखे सपाट जमीन नाही. आकाश थांबला असेल तर तो असाच पायाथ्याशी.... आणि सुप्री , तुला तर माहित आहे डब्बू , किती जलद चालतो तो... तो तिथे आता असेल तरी आपण त्याला गाठू शकत नाही... बरोबर ना !! " दोघीना पटलं ते. पूजा तिचे काम करायला गेली. या दोघीना काहीच काम दिले नव्हते. मग काही तरी टाईमपास करावा म्हणून कादंबरी तिच्या लॅपटॉपवर देवीच्या यात्रेतले तिने क्लीक केलेले फोटो बघत होती. शेजारी सुप्री.

" छान काढतेस गं फोटो... " सुप्रीने कादंबरीला दाद दिली.

" thank you !! thank you !! ..... तुमच्या साहेबांची कृपा. त्याच्यामुळे शिकली... तो भेटू दे ... पायाच पडते त्याच्या ..... बघ तू.... " कादंबरीच्या बोलण्याचे हसू आलं सुप्रीला. छानच होते फोटो. देवीची यात्रा, छानच टिपली होती कादंबरीने. किती गर्दी होती.सुप्रीने तर प्रत्यक्षात अनुभवली होती गर्दी. सुप्रीला एक आयडिया सुचली.
" आपण एक करूया का ..... " ,
" काय ते ? " ,
" आकाश तर नक्की आला असेल तिथे, अशी पूजा बोलते. आपल्याला दिसला नाही. तू तर किती फोटो काढले आहेस..... वेगवेगळ्या अँगलने... किमान या फोटोत तरी दिसेल आकाश... try करूया ... " ,
" चालेल ना ... बेस्ट आहे हे ... मी प्रत्येक फोटो झूम करते....दोघीनी शोधलं तर दिसेल आकाश. " कादंबरी मग प्रत्येक फोटो झूम करू लागली. खासकरून गर्दीचे फोटो. कारण त्या गर्दीतच आकाश असावा असे वाटत होते.

खूप फोटो बघून झाले तरी आकाश काही दिसेना.... कसा सापडणार , गर्दी तर होतीच , पण गुलाल आणि भंडाराचा गुलाबी - पिवळा रंग इतका पसरला होता कि कोणा एकाला शोधणे तसे कठीण होते. सर्वच एका रंगाचे झालेले होते. उत्साहात सुरु झालेली " हि शोधमोहीम " पुन्हा निराशेच्या वाटेकडे वळली. अश्यातच एक वेगळा फोटो समोर आला. एक व्यक्ती सिगारेट ओढत उभा...
" हा कोण गं ... " सुप्रीने विचारलं.

" हा ..... काय माहित कोण ... " कादंबरीने सलीमचा फोटो काढला होता.
" एवढी मोठी देवीची यात्रा ... त्यात सगळे सामील झालेले, सर्वांना देवीचे दर्शन घेण्याची घाई.. हा आपला दूर उभा राहून आरामात सिगारेट ओढत उभा... आगाऊ कुठला .... खडूस !! विचारलं काही तर भलतीच उत्तर... त्यात त्याच्या पायाजवळ बघ... दोन मोठ्या सॅक.... आपल्याजवळ आहेत ना , त्यापेक्षा जरा मोठ्या.... एक घेऊन फिरताना किती दमतो आपण , याकडे दोन दोन .... विचित्र माणूस अगदी .... विचित्र वाटला म्हणून असाच फोटो काढला... " सुप्री बघत होती फोटो. अचानक तिला काहीतरी दिसलं. फोटो अगदी जवळून काढला होता म्हणून जास्त स्पष्ठ होता.
" त्याच्या सॅक झूम करशील का.... काही ओळखीचे दिसते. " तस कादंबरीने लगेच

झूम केले. फोटो बघून सुप्रीचे डोळे विस्फारले.
" पूजा कुठे आहे... " सुप्री आनंदात ओरडली.

" काय झालं !!! ",
" थांब ..... पूजाला घेऊन येते ... "
पूजा रात्रीच्या जेवणाची तयारी करत होती. सुप्री तिला ओढतच घेऊन आली.
" आकाश आलेला यात्रेत... " सुप्री घाईने बोलली.
" तुला कस कळलं ... i mean तो तर दरवर्षी येतो तिथे... ते तर माहित आहे मला , मीच सांगितलं तुला... मग आता काय नवीन त्यात... " पूजा अचंब्याने बोलली.
" कादंबरी तो फोटो दाखव. " कादंबरीने लॅपटॉप पूजा समोर धरला.
" बघ ... ती मागे दुसरी सॅक आहे ना... त्यावर टॅग आहे बघ... " माझा गणू ... माझं आभाळ " ... तो मी आकाशला बनवून दिला होता. त्याच्या सॅकला लावलेला असतो तो नेहमीच. " पूजाने निरखून पाहिलं. सुप्रीने त्या टॅगचे वर्णन करून सांगितलं. तसाच होता तो टॅग. पूजाला पटलं.
" कादंबरी... तुला आकाश दिसला नाही का यांच्यासोबत.... किंवा आजूबाजूला.... ",
" नाही ना .... याला विचारलंही मी... दोन - दोन सॅक कशाला ... बोलला कसं ... पाहिजे तर एक घेऊन जा .... आधीच सरळ उत्तर दिलं असतं तर आकाश तेव्हाच भेटला असता ना... " कादंबरीने नाक मुरडलं.
" may be ... डब्बूला देवीचे दर्शन करायचे असेल , त्यामुळे सॅक पाठीला न लावता या माणसाजवळ ठेवली असेल. गर्दीत चालता यावे म्हणून... जरा चुकामुक झाली ना आपली.... " पूजा सुप्रीकडे पाहत बोलली.
" पण अश्या अनोळखी व्यक्तीकडे आकाश सॅक कसा ठेवून गेला... " सुप्रीचा प्रश्न.
" हा गं .... हा हि मोठा प्रश्न आहे... " पूजा बोलली.
" कदाचित ... हे दोघे एकत्र प्रवास करत असतील.... may be ..." कादंबरीचा अंदाज...... सर्वांचे अंदाज लावून झाले.

" असेलही आणि नसेलही... " पूजा बोलली. " पण एक नक्की , आपण त्याच्या मागोमाग आहोत हे पक्के झाले. एक वेगळाच हुरूप आला आहे मला... " पूजाच्या अंगावर शहारा आला. शिवाय एक थंड हवेचा झोत आला, या तिघी सुखावून गेल्या.
" ११ जून आणि राजमाची ... दोन्ही दूर नाहीत आता...... मृग नक्षत्र लागले आहेच आता ..... पावसाची आणि पर्यायाने आकाशची सुद्धा चाहूल लागली आहे

मला...लवकरच भेटू ... डब्बू !! " पूजा मोठ्याने बोलली. त्या मोकळ्या जागेत , शांत वातावरणात तिचा आवाज घुमत घुमत पसरत गेला. पूजा - कादंबरी - सुप्री ... तिघी एकमेकांचे हात हातात घेऊन उभ्या होत्या....... पावसाच्या ढगांआडून रात्रीचा चंद्र त्यांना लपून - छपून पाहत होता.

==

" या रानातून भटकताना , पायवाटांवरून चालताना एक वेगळीच भावना मनात उमटते. कोणी बनवल्या असतील या पायवाटा... गावातल्या जुन्या - जाणत्या म्हाताऱ्यांनी कि आपल्या पूर्वजांनी... नाही कळत ना !! थांगपत्ता न लागावा इतके गूढ आहे ना .... काय माहित, माझ्या सारखाच कोणी भटकंती करायला निघाला असेल आणि या पायवाटा तयात झाल्या असतील. रान-वनात चालताना .... या निसर्गात मिसळून जाताना ... या पायवाटा जन्माला घातल्या असतील त्याने. कदाचित महाराजांच्या शूर मावळ्यांनी यावरून आपले घोडे पळवले असतील, गनिमी कावा करताना स्वतः महाराजांच्या पावन चरणांचा स्पर्श या पायवाटांनाही झाला असावा , कोणी सांगावे... !!! अशीच एखादी ..... अस्पष्ट , धूसर का होईना .... एखादीच पायवाट माझ्याकडूनही निर्माण व्हावी , तेव्हाच इतक्या वर्षांच्या भटकंतीचे सार्थक होईल , हीच या निसर्गाकडे प्रार्थना !! "

सुप्रीने आकाशची डायरी आणली होती सोबत. त्यानेच हे असे लिहून ठेवले होते. आज पहाटेच जाग आलेली तिला. अगदी पहाटे ४ वाजता ..... आज त्या किल्ल्यावर जायचे होते ना. रात्र संपून कधी पहाट होते असे झालेलं तिला. तिथला सूर्योदय आकाशचा favorite.... कदाचित आकाशची भेट तिथेच व्हावी, कोणी सांगावे. तिच्याच तंबूत बसून ती आकाशची डायरी वाचत होती टॉर्चच्या प्रकाशात. आकाशचे अक्षर, त्यावर हात फिरवला तिने. आपोआपच तिला समाधान लाभले. ती आता फक्त तिथे जाण्याची वाट बघत होती.

ठरल्याप्रमाणे, सर्व पहाटे ५ वाजता उठले. आवरले सर्वांनी आणि निघाले. पूजाचा अंदाज बरोबर होता. १५ मिनिटांनी ते त्या अर्धवट असलेल्या किल्ल्यावर पोहोचले. अजूनही सूर्योदयाला बराच अवधी होता. वातावरण फारच थंड झालेलं. " काही वेळाने पावसाला सुरुवात होईल असे वाटते... " कादंबरी नाराज झाली. सुप्री

मात्र शांत होती. सुप्रीने टॉर्च सुरु केला. त्या उजेडात कळत होते कि आजूबाजूला धुकं होते. हळूहळू पूर्वेकडील डोंगराची शिखरे नारंगी होऊ लागली. तेव्हा कळलं कि गुडगाभर धुकं पायाशी आहे. पायाखाली जमीनच नसावी हेच खरे. आजूबाजूचे अर्धवट बांधकाम, त्याभोवती धुकं बिलगून बसलेलं. त्यामुळे काही वेळ का होईना... त्या बांधकामाला शुभ्र रंग चढला होता. थोड्यावेळाने सूर्यदेवाचे आगमन झाले तसे विरुद्ध दिशेला असलेल्या काळ्या ढगांच्या सैन्याकडे साऱ्यांचे लक्ष गेले.

आकाशला इथला सूर्योदय का आवडतो याचे वर्णन पूजाने आधीच केलेलं होते. आता ते प्रत्यक्ष समोर दिसत होते. भारावून जाण्यासारखे असेच काहीसं. स्वर्ग काही अंतरावरच आहे , असे भासावे असेच ते दृश्य. कादंबरीच्या डोळ्यात पाणी आले ते बघून. काही काळ सर्वांनी ते पाहिल्यावर , वाऱ्याची एक अति थंड वाऱ्याची झुळूक आली. त्यानेच मग पावसाचा अंदाज सांगितला. तिथेच असलेल्या एका आडोसा खाली सर्व जाऊन बसले. पावसाच्या सरी रिमझिम बरसू लागल्या. त्यात दूरवर झालेलया सुर्योदयाने , ते पावसाचे थेंब सोनेरी केले होते. सुप्री- कादंबरी पावसाकडे पाहत होत्या. पूजा त्या दोघींजवळ आली.

" डब्बू आला असावा इथे... कदाचित काल ....." सुप्रीने चमकून पूजाकडे पाहिलं.
" तुला कस माहित... " , पूजाने एका दिशेनं बोटं करून तिथे बघायला सांगितलं. तिथे अर्धवट जळलेली लाकडं होती.
" शेकोटी पेटवलेली..... जास्त दिवसाचे नाही वाटतं... काल किंवा परवाचे वाटते ते... आकाशलाच माहिती आहे हि जागा... तो येतोच इथे... तोच आला असावा... " पूजा आत्मविश्वासाने बोलत होती. छानशी smile आली सुप्रीच्या चेहऱ्यावर. तिने पुन्हा आकाशची डायरी उघडली. सर्वच बसून होते. छान थंड वारा वाहत होता. पावसाची रिमझिम सुरूच होती. या वर्षांचा नवा पाऊस. नुकतीच सुरुवात होती ती पावसाळा ऋतूची. मातीचा ओला गंध अजूनही मोहवून टाकत होता. आकाशने त्याच्या डायरीत लिहिलेले काही वाचायला सुरुवात केली.

" पाऊस म्हटलं कि किती विषय निघतात. सुख-दुःखाचे , आनंदाचे , हसण्याचे , रडण्याचे सुद्धा. वाहवत जातात त्यातच सगळे. मलाही खूप काही सांगतो हा पाऊस. गप्पा मारतो माझ्याशी. त्याच्याही गोष्टी असतात बरं का... पहाटेचा

पाऊस , मला जागे करायला यायचा... पहाटेच्या कोवळ्या उन्हातला पाऊस , झाडांना नवीन पालवी येणाचे दिवस , त्यांना नवीन चैतन्य देऊन नकळत निघून जायचा तो. कधी सांगून तर कधी फसवून. कधीच चिंब करून जायचा... मलाही तो हसवून , सूर्य देवाच्या चरणांना स्पर्श करून रात्रीला स्वतः सोबत घेऊन निघून जायचा.

दुपारचा पाऊस .... खास करून त्या उन्हालाही मिठीत घेणारा पाऊस.... तो डोळ्यांना सुखावणारा... कोणी किती काहीही बोलू दे... तो यायचाच वाऱ्याला सोबत घेऊन...कधी सुतासारखा सरळ रेषेत... तर कधी नशेत चालणाऱ्या माणसासारखा.... तिरका... तिरप्या रेषेत येणारा पाऊस... झाडेही डोलायची त्याच्या सोबत. ऊन-सावलीचा खेळ आणणारा दुपारचा पाऊस...

संध्याकाळचा पाऊस.... मला जास्त सुखावणारा..... कातरवेळी पाहुण्यासारखा येणारा.... सोबतीला मनात कालवाकालव करणाऱ्या आठवणींना सोबत घेऊन येणारा.... घराच्या खिडकीतून पाऊस बघताना.... हातात वाफाळलेला चहा आणि डोळ्यात जुन्या आठवणी... काय तो संगम ना !! संध्याकाळी भरून येणारं आभाळ त्यामुळे जरा जास्तच काळंभोर वाटायचे. पाऊस नसला तरी त्या भरलेल्या आभाळाने , सोबतीला असलेल्या थंड वाऱ्याने ... अंगभर शिरशिरी यावी !! आठवणीत जायचे उत्तम ठिकाण आणि वेळही. कधी कधी त्या भरलेल्या ढगांसोबत विजांचा अस्पष्ट प्रकाश आणि कडकडाट ... या संध्याकाळच्या पावसाला फक्त बघावे... मनात काहूर माजवणाऱ्या आठवणी सारखा उदास वाटतो कधी कधी तो... असा हा ओल्या सांज वेळी आलेला पाऊस , मित्रा सारखा एखादी कविता करवून घेयाचा किंवा न सुचलेली एखादी ओळ सुचवून निघून जायचा.

रात्रीचा पाऊस ... सहसा मला पुढच्या पहाटेची तयारी करायला सांगायचा. माझ्याच गुज-गोष्टी मला सांगायला रात्रीचा पाऊस यायचा...... मनात उरलेले काही चांदण्यांचे आवाज.... चंद्राची सुरेल गाणी.... रातकिड्याची गुणगुण.... हे ऐकायला रात्रीचा पाऊस माझ्या उशी शेजारी यायचा. आभाळभर तारका पसरून , पहाटेच्या झुंजूमुंजूच्या अर्धवट झोपेत .... माझी सोबत अर्धवट सोडून .. रात्रीचा पाऊस माझ्या पापण्यांआड निघून जायचा...

पावसाचं पाणी .... कधी डोळ्यातून तरळते .... ते सांगू शकत नाही. कोणीच सांगू शकत नाही.... पाऊस समजावा असे काही नाही. पावसाची पारायणं करावी लागतात.... पावसात मन रमावे असे काही नाही... मनात पाऊस असावा लागतो... पावसाला शोधावे असेही काही नाही, स्वतःला पावसात शोधावे .. आणि ..... आणि पावसाचे वेड असावे असे काही नाही...... त्यासाठी स्वतः पाऊस होयाला लागते.... "

सुप्रीचे वाचणे संपले. किती सुंदर लिहिले होते आकाशने. पूजा डोळे मिटूनच ते सर्व ऐकत होती. एकंदरीत सर्वच मंत्रमुग्ध झाले होते. बाहेर पाऊस आणि मनात शब्दांची मोहक वर्षा... पावसाला सर्व फक्त ऐकण्याचा प्रयन्त करत होते. पूजाने डोळे उघडले. काही विचार करूनच ती बोलली.

" हि सर्व ठिकाणे... आकाशची ' personal favorite' ... त्यात पाऊस... या सर्व ठिकाणी त्याला ' त्याचं स्वतःचे ' काही सापडते ... म्हणून तो येतो इथे.. एकटाच... मला वाटते , त्याच ते ' मी पण ' असं हिरावून घेऊ नये कोणी... " पूजाच्या या बोलण्यावर सुप्री तिच्याकडे बघू लागली.

" कळलं नाही मला.... ",

" मला वाटते ... तू , मी आणि कादंबरी ... आपण तिघीनीच राजमाची कडे निघायला हवे... फक्त आपण तिघी.. ",

" मग हा तुमचा ग्रुप ... ते कुठे जाणार... ",

" माझं इतकंच म्हणणं आहे कि तिथे गर्दी होऊ नये... इतके सर्व जाणार... त्याला ... डब्बूला त्याचा दिवस जगू दे.... ११ जून... सगळे जाऊन त्याचा आनंद का हिरावून घेयाचा... या बाकीच्या ग्रुपला सांगते मी ... कुठे जायचे ते .. एकदा का आकाशची भेट झाली कि आम्ही दोघी पुन्हा त्यांना जाऊन भेटूच... " पूजाचा प्लॅन पटला सुप्रीला. पाऊस थांबल्यावर बाकीच्या ग्रुपला सोडून तिघी निघाल्या.

==

" एक काम करूया का .... " आकाशने चालता चालता सलीमला विचारलं. नुकताच पाऊस पडून गेलेला. एक नवं चैतन्य घेऊन दोघे राजमाचीच्या दिशेनं निघालेले.

" कोणते काम ... " ,

" आज ९ तारीख... ११ जूनला पोहोचायचे आहे तिथे... आपण चालतो ही जलद.... ",

" मग थांबूया का .... " सलिमने विचारलं.

" बोलणे तर पूर्ण करू दे.. ",

" हा .... बोल बोल ... " ,

" मी बोलतो आहे कि मला त्याच दिवशी पोहोचायचे आहे... लवकर पोहोचून काय फायदा.. म्हणून विचार करत होतो.... जरा नव्या वाटेने गेलो तर... तुलाही परिसर पाहता येईल.... time pass होईल " ,

" चालेल ना ... तुझ्या मागोमाग निघालो ... तू बोलशील तिथे जाणार.... चल ... कुठल्या वाटेने जायचे ते सांग... " आकाशने आजूबाजूच्या परिसराचा अंदाज घेतला. एका बाजूने पुढे जंगल लागत होते. तिथूनच प्रवास करायचे ठरले.

सलीम तर आकाशच्या मागोमाग होता. जंगलच्या वेशीवर आले तस सलिमने आकाशला थांबवले. " मला वाटतं ना ... मी आधी या जंगलात येऊन गेलो आहे... " सलीम म्हणाला. आकाशला आधी तो गंमत करतो आहे असेच वाटले. पण जेव्हा ते जंगलात शिरले तेव्हा सलीम अगदीच सराईत पणे चालू लागला. पायवाटा त्याच्या ओळखीच्या होत्या, असं तो चालत होता. " कदाचित १-२ वेळा आलो असेन इथे... मला राजमाची ऐकून माहित आहे.... पण या रानात नक्कीच आलो आहे मी... " सलीमच्या चेहऱ्यावर एक वेगळाच आनंद होता ते बोलताना. आणखी पुढे चालून आल्यावर सलीम थांबला. " हो .... माहित आहे हा प्रदेश... ओळखीचे आहे हे सर्व... " त्याच्या चेहऱ्यावर जुनं काही सापडल्याचा आनंद होता.

" छानच ... इकडचे माहित आहे तुला... किती बरं वाटलं... " सलिमचे बोलण्याकडे लक्ष नव्हते.

" काय झालं मित्रा... कसला विचार करतो आहेस.. " आकाशने सलीमला विचारलं.

" मी इथल्या जागा आठवतो आहे... " पुन्हा तो बोलायचा थांबला. आकाशकडे पाहिलं त्याने.

" तू दाखवतोस ना पाऊस ... हे निसर्ग सौंदर्य... चल .... आता तू माझ्या विश्वात आला आहेस... " आकाशला काही कळेना ....

" काय नक्की " ,

" या जंगलात मी वर्षभर होतो. इथली सर्व झाडं ... पक्षी ... माझे मित्र आहेत... " आकाशला त्याचे तसे बोलणं आवडलं,

" चल... एका ठिकाणी जाऊ... बघू काही आहे का तिथे.... " आता आकाश ...

सलीमच्या मागे मागे चालत होता. पुढे जंगल आणखी गर्द होतं गेले. सलीमला पुढील प्रत्येक जागा माहित होती. गर्द झाडी असली तरी सलीम सराईतपणे चालत होता. १०-१५ मिनिटे चालून झाल्यावर थांबले. " इथे बसुया... " आकाशने तिथली जागा साफ केली आणि दोघे बसले.

" या ठिकाणी ना ... खूप पक्षांची घरटी आहेत... निरखून बघितलंस ना तर तुला दिसतील. " आकाशने वर झाडांच्या फांद्यांवर नजर टाकली. खरंच !! किती घरटी होती वर. " इथे जवळपास वर्षभर होतो. एकदा असाच प्रवास करता करता संध्याकाळ झाली म्हणून आता बसलो आहोत ना , तिथेच थांबलो. इथून पुढे एक लहानसा झरा आहे. वर्षभर पाणी असते त्याला. तिथे गेलेलो संध्याकाळी. तिथे असलेल्या एका झाडावर, खालच्या फांदीवर एक पक्षाचे घरटे आकारास येत होते. पक्ष्याचे नाव नाही माहित, पण ते दोघे... नर-मादी .. दोघेही त्या अंधुक होतं चाललेल्या प्रकाशात सुद्धा घरटे पूर्ण करण्यात गुंतलेले. आवडलं मला. काहीतरी वेगळं दिसलेल. चल तो झरा दाखवतो. " म्हणत सलीम निघाला. आकाश मागे होताच. सलिमने एका झाडाकडे बोट दाखवलं.
" त्या फांदीवर होते ते घरटे..... मी ना .... त्याच्या बरोबर समोर एक झोपडी बांधली होती.... पहिले एक-दोन दिवस असाच बघत बसायचो ... मग कुतूहल निर्माण झाले आणि झोपडी बांधून त्यातून बघायचो त्यांना.... या आजूबाजूच्या झाडाच्या पानांची , लाकडाची एक झोपडी उभी केली होती. " फारच छान सांगत होता तो. आकाशला आवडलं
" अजून सांग ना ... अनुभव "

" आणखी ... अजून म्हणजे इथेच होतो वर्षभर, त्या नर- मादीच्या घरटे बांधणीपासून त्याच्या अंड्यातून आलेली इटुकली पिल्ले ... त्यांचे संगोपन ... सर्व बघितले. अश्या लहान लहान चोची... त्यांच्या आईने चोचीतून आणलेला खाऊ... तो खाऊ खाण्यासाठी चाललेली इवलीशी धडपड... त्यांचा छोटासा आवाज... छानच वाटायचे.... काही महिन्यांनी छोटी पिल्ले मोठी झाली. हळूहळू उडायचा प्रयन्त... पण लवकर शिकले ते उडायला. पंखात बळ आलं तसं घर सोडले त्यांनी... तेही बघितले मी... पुढील काही दिवस त्यांचे आई-वडील यायचे घरट्यात.. २ घटका थांबायचे. निघून जायचे... असे त्यानी ३-४ दिवस केले. नंतर तेही येईनासे झाले.... मग मीहि माझी झोपडी तोडून निघून गेलो पुढच्या भटकंती साठी... " ,

" राहिला कसा तू इतके दिवस... जेवण वगैरे... कसं काय जमवलंस तू " , सलीम स्वतःशीच हसला.
" जेवणाचं काय घेऊन बसलास... फळं - कंदमुळं खाऊन राहिलो ... या झऱ्याचं पाणी ... ते पियाचो... इतकंच !! हा भाग खूप आतमध्ये आहे ... कळलं असेलच तुला... वर्षभरात एकाही माणसाचे दर्शन झाले नाही मला. विचार कर ... त्यातून इथल्या बऱ्याच पक्षांचे आवाज काढायला शिकलेलो.. आता काही काहीच आहेत लक्षात. ते कसं बोलतात .. त्यांच्या भावना काय , ते कसे व्यक्त होतात हेही शिकलो होतो ... म्हणून तर इतका वेळ राहू शकलो. किती प्रकारचे पक्षी आहेत इथे .... तू कल्पनाही करू शकत नाहीस. कमाल !! हा एकच शब्द येतो या सर्वांसाठी. " आकाश सुद्धा भारावून ऐकत होता.

" तू बोलतोस ते बरोबर ..... तूच खरे आयुष्य जगतो आहेस... मानलं तुला " आकाश म्हणाला. सलीम पुन्हा हसला.
" आज थांबू इथेच... तू छान छान दाखवतोस ना ... उद्या पहाटे मी दाखवतो काही छान ... निसर्गाचा चमत्कार म्हणा किंवा जादू.... बघण्यासारखे आहे ते ... " दिवस दुपारकडे झुकलेला.
" चालेल ... आपण आताच काही तरी बघू ....रात्री जेवणासाठी... आणि शेकोटी साठी लाकडे ही लागतील. " सलीमला पटलं ते. दोघे कामाला लागले.

==

संध्याकाळ झाली चालता चालता. या तिघीनी थांबायचा निर्णय घेतला. ज्या ठिकाणी थांबले होते तिथून एक सुंदर दृश्य नजरेत येतं होते. सूर्यास्त दिसत नव्हता तरी त्याची चाहूल तेवढी लागलेली. आभाळात आता पावसाचे ढग नव्हते. जवळपास मोकळे आभाळ. पावसाच्या दिवसात तरी असे मोकळे आभाळ दिसणे म्हणजे नवलच. संद्याकाळच्या सूर्याचे रंग आभाळात दूरवर पसरले होते. यांचे तंबू उभे करून झाले. आणि सुप्री ते आभाळातले रंग पाहत पुढे असलेल्या एका झाडाखाली जाऊन बसली. एकटीच !! पूजाला कळलं ते. कादंबरी तिच्याकडे निघालेली . पूजाला आता सुप्रीची ही सवय माहीत झाली होती. " थांब कादंबरी... तिला अशी एकटी बसायची सवय आहे. नको डिस्टर्ब करुस तिला.." कादंबरीला समजावलं तिने. या दोघी मग मागेचअसलेल्या दगडावर जाऊन बसल्या. कादंबरीने तिथून तिची फोटोग्राफी सुरू केली. पूजा सुदधा तो समोरचा नजारा

बघत होती.

सुप्री स्वतःच्याच विचारात. आकाशची उणीव प्रकर्षाने जाणवत होती तिला. उद्याचा दिवस सोडाला तर परवा ११ जून. ४ वर्षांनी भेट होईल त्याची. कसा असेल. नेहमीच तो वेगळा वाटायचा. प्रत्येक वेळेस नव्याने भेटायचा. सुप्री स्वतःच्या विचारात , मधेच हसत होती. त्याच्या येण्यानेच आपल्या आयुष्यात आनंद आलेला. सूर्याच्या सोनेरी किरणासारखा आलेला आकाश. रात्रीचं आभाळभर चांदणं आलेलं त्याच्या सोबत. आणखी काय हवे होते मला. सुखावून गेलेली मी. आता सुद्धा ४ वर्षांनी भेट होणार... पुन्हा एकदा एक नवीन भेट होईल. कशी असेल ना भेट ती... बोलू दोघे कि फक्त आमचे श्वास बोलतील एकमेकांशी.... पाऊस असेल का तेव्हा... नसेल तरी आकाश घेऊन येईल सोबतीला. त्याच तर ऐकतो ना पाऊस. निदान भरलेल्या आभाळाखाली भेटू... येशील ना आकाश ... पाऊस घेऊन... वाट बघेन..... नाहीतर असे कर ना ... इंद्रधनू सुद्धा घेऊन ये सोबत.... पाऊस , वारा , दाटलेलं आभाळ , ऊन - सावली ... सर्व घेऊन ये ... तुझ्या सोबत हे सर्व अनुभवायचे आहे. बघ !! इवलीशी आठवण आली तरी डोळ्यात मेघ दाटून येतात. निदान या डोळ्यातल्या पावसासाठी तरी येशील ना ... वाट बघते आहे.

सुप्री स्वतःशीच बोलत होती. त्या कातरवेळी मनाचा मनाशी संवाद सुरु होता. सुप्रीला दाटून आलेलं. सूर्य मावळला तरी तिचा "संवाद" अजून तरी संपला नव्हता. सुप्री साठी आजची रात्र मोठी असणार होती.

==

आज सलीमने आकाशला जागे केले. " सॉरी !! मला वेळ माहित नाही. अंदाजने जागे केले तुला. निघूया का ... " आकाशने घड्याळात पाहिले. पहाटेचे ६ वाजत होते. आकाश पटकन तयार झाला.
" सामान राहू दे इथेच. आपल्याला त्या कड्यावर जायचे आहे. काम झालं कि पुन्हा खाली येऊ ..... " सलीम म्हणाला. आकाशला आठवलं. " काहीतरी छान दाखवतो" असं म्हणाला होता हा काल. तयार झाले तसे दोघे निघाले. हळूहळू चालत ते त्या कड्यापाशी आले. आकाशने पाहिलं , तिथे एक लहानशी गुहा होती.
" आत वाकून बघूया का ... " आकाशने सलीमला विचारलं.
" नाही .... नको ... थांब थोडावेळ.... " पहाट होत होती. सलीमने पहाटेचा अंदाज

लावला.
" काही क्षणात सुरु होईल .... " सलीम पुटपुटला. आकाशने ते ऐकलं.

" काय ... सुरु .... " आकाश त्याला विचारत होता कि त्या गुहेतून एक पक्षी उडत उडत वेगाने बाहेर आला.
आकाशने त्या प्रकारचा पक्षी आधी कधी पाहिलं नव्हता. आसपासच त्याने वेगाने गोलाकार फेरी मारली आणि पुन्हा त्या गुहेत आला तसा निघून गेला. आता आकाशला प्रश्न पडला. यात काय छान होते..... सलीमला त्याने तसे विचारलेही....
" थांब जरा .... वाट तर बघ... तुम्हा शहराच्या लोकांना जरा धीर नाही... " आकाश शांत बसला. १० मिनिटे अशीच गेली. फक्त वाऱ्याचा आवाज. आकाशची चलबिचल सुरु झाली. पुन्हा काही बोलणार तर कसलासा आवाज येऊ लागला. बहुदा पंख फडफडण्याचा आवाज असावा. आधी अस्पष्ट असणारा आवाज हळूहळू मोठा होत गेला.

" काय .... " आकाश पुन्हा काही बोलणार इतक्यात त्या गुहेतून ... पंखांची प्रचंड फडफड करत एक मोठाच्या मोठा थवा बाहेर पडला. किती ते पक्षी.... बापरे !! जवळपास २-३ मिनिटं तरी तो थवा , या दोघांच्या डोक्यावरून जात होता. म्हणजे विचार करा किती मोठा थवा होता तो. ते सर्व सरळ रेषेत उडत गेले. " आता बघ ...... यांच्या कसरती... " सलीम उभा राहिला. तसा आकाश सुद्धा उभा राहिला. तो समोर उडत गेलेला थवा आकाशला दिसत होता. सलीमने त्याचा उजवा हात समोर धरला आणि डाव्या दिशेने नेला. त्या पक्षांनी सुद्धा आपला मार्ग त्याच दिशेनं केला. मग सलीमने हात खाली नेला तसे ते पक्षीही खालच्या दिशेने गेले. जणू काही सलीमचं त्यांना कसरती करायला सांगत होता. खाली जाऊन आणखी एका गोलाकार फेरी मारून ते पक्षी पुढे जात पुन्हा वरच्या दिशेने गेले. आणि पुन्हा त्या थव्याने एकदम खाली सूर मारला. आकाशला कळेना, सर्व गेले कुठे. जरा वाकून बघायला म्हणून पुढे वाकला. आणि सलीमने त्याच्या हाताने खालून वर अशी खूण केली. आकाश पट्कन मागे झाला तसा तो थवा... खालून वरच्या दिशेने वेगाने उडत गेला. किती तो पंखांचा आवाज , त्यातून निर्माण होणारी हवा... आकाश मागच्या मागे झाला. " बस खाली पट्कन ... " सलीमने त्याचा हात पकडून खाली बसवलं. तो वरच्या दिशेने गेलेला एवढा मोठा थवा.... त्याच वेगाने पुन्हा खाली येतं पुन्हा त्या गुहेत दिसेनासा झाला.

काही मिनिटांचा थरार !! आकाश स्तब्ध झालेला. काय बोलावे... शब्दच सुचत नव्हते. सलीम आकाशला बघत हसत होता.
" काय होतं हे ... भारी एकदम !! " आकाश म्हणाला.
" हा ना .... बरोबर बोलत होतो मी.... छान आहे ना हे ... " आकाश आता सलीमकडे वळला.
" तुला कस माहित.... आणि ते हाताने... तू जसा हात वळवत होतास तसे ते उडत होते.... i mean ... डोक्यात काही गेलेच नाही. " सलीमला कळलं आकाशला काय बोलायचे होते ते.
" अरे ... इथे वर्षभर होतो.... एकदा पहाटे असा खूप पंखांचा आवाज आला... बघतो तर हा मोठा थवा... मग काय ... पुन्हा कुतूहल... खूप निरीक्षण केले त्यांचेही. वेगळेच पक्षी आहेत ना .. हे ठिकाण माहित नाही कोणाला म्हणून ठीक.. नाहीतर इथं ही गर्दी केली असती माणसांनी... " सलीम हसून बोलला.
" किती महिने हे बघत होतो. सकाळ झाली कि इथे आणि या कसरती झाल्या कि खाली ते घरटे .... असा दिनक्रम असायचा. तो सर्वात आधी बाहेर आलेला ना ... तो त्यांचा लीडर ... म्होरक्या !! तोच आधी पहाट झाली का किंवा आजूबाजूचा परिसर बघायला बाहेर येतो आणि आत जातो.... मग त्याला ठीक वाटलं तरच तो या सर्वांना बाहेर घेऊन येतो ... एकत्र... त्या कसरती त्यांचा व्यायाम असेल किंवा काही वेगळे... ते करतातच... तो लीडर जसा उडतो , त्याच्या मागून बाकीचे उडतात... त्याचा एक ठराविक पॅटर्न आहे.... तोही इतक्या वेळा बघितला म्हणून कळला मला. तेच तर करत होतो मी.... थोड्यावेळाने ... जास्त उजाडलं कि येतील सर्व पक्षी ... एक एक करून .... दिवसाच्या कामाला लागतील. उदया पहाटे पुन्हा या कसरती... " ,
" wow !!! great !! amazing !!! काय बोलू.... बरोबर बोलतोस तू... माणसे येत नाहीत इथे तेच बरोबर... तरी सुप्रीला दाखवायला पाहिजे होते हे ... " आकाश चट्कन बोलून गेला.

==

" मी काय बोलते पूजा ..आकाश कुठे पोहोचला असेल आता .... " कादंबरीने पूजाला विचारलं.

" उद्या ११ जून आहे... हम्म , आज तो पायथ्याशी पोहोचला असेल. पहाटे त्याला राजमाची वर पोहोचायचे असते. आता तो खालीच थांबला असेल. " पूजा बोलली. तशी सुप्री आनंदली.

" म्हणजे आजच भेटेल ना तो आपल्याला.... " सुप्री आनंदाने बोलली. पूजाही हसली. आजच भेटेल , उद्या एकत्र गडावर जाता येईल मग, सुप्री मनात असा अंदाज लावत चालत होती.

सकाळचे ८ वाजत होते. यांचा प्रवास सुरु होता . निघाल्या तेव्हा कोवळे ऊन अंगावर घेऊन चालत होत्या. आताशा कुठे सकाळ झालेली आणि अंधारून आलं. तिघी थांबल्या.

" पावसाच्या मनात काय आहे ते देव जाणे... " पूजा पुटपुटली.

" नाही येणार पाऊस.. अंधार झाला आहे फक्त ... " सुप्रीने लगेच अंदाज लावला. तरी कादंबरी जरा घाबरली.

" वादळ वगैरे नाही ना .... गार वारा ही सुटला आहे... बाकी काही नाही .... कॅमेरा भिजायचा माझा ... " तिने लगेच कॅमरा झाकून ठेवला.

" पाऊस नाही संध्याकाळ पर्यंत तरी... पण आपल्याला जलद चालावे लागेल आता... " पूजाने सुद्धा तिच्या चालण्याचा वेग वाढवला.

==

इथे आकाश वेगळ्या वाटेने निघालेला. सोबत सलीम. पावसाने अंधार केला असला तरी पावसाचे कोणतेच चिन्ह नव्हते. आकाश अजूनही पहाटे बघितलेल्या पक्ष्याच्या कसरतीने भारावून गेला होता.

" तू ... मघाशी नाव घेतलेस ना एक .. " सलीमने आकाशला विचारलं.

" हा .... हो .... सुप्री ... सुप्रिया नावं तिचं .... " ,

" बायको ??? " ,

" नाही ... मैत्रीण .... पण होणारी बायको बोलू शकतोस ... " ,

" असं आहे तर .... मग तीही फिरत असते का ... " ,

" नाही... माझ्या सोबत फिरते तेवढंच.... खूप प्रेम करते... तिला सोडूनच तर ..... " आकाश पुढे बोलूच शकला नाही. कदाचित त्याला त्याची चूक कळली होती. आकाशने चालणेही थांबवले. जंगल संपून माळरान सुरु झालेले.

" का थांबलास ??? " सलीमने विचारलं.

" आठवण आली तिची. " आकाश बोलता बोलता आभाळाकडे पाहू लागला. " तुला माहीत आहे का ... तिलाही आता अंदाज लावता येतो... ",

" तुझ्यासारखीच आहे का ती ... " सलीमच्या बोलण्यावर आकाश छान हसला. पायाखाली हिरवे , लुसलुशीत गवत होते. त्यातच बसला. समोर असलेले डोंगर आता त्या पावसाच्या काळ्या ढगात गुडूप होऊन जात होते. आकाश बोलू लागला.

" सुप्री !! देवाला पडलेलं एक सुंदर स्वप्न.... गणू .... गणपती बाप्पा ला गणू बोलते ती , बरं का ... त्याचीच कृपा आहे तिच्यावर. माझ्यासारखी काय .... कोणासारखीच नाही ती. एकुलती एक म्हणालास तरी चालेल.... गणूने सुद्धा तिला बनवले आणि तिच्या प्रेमात पडला. इतका कि तिच्या सारखं त्याला दुसरं बनवता आलंच नाही. या अश्या भटकंतीमुळेच माझ्या आयुष्यात आली ती. काय स्तुती करू तिची. रात्रीची चांदणी किंवा तारा तुटतो म्हणतात ना... तस झालं तर , तारा पडता क्षणीच तो लगेच टिपून घ्यावा. त्या चंद्रालाही त्याचा थांगपत्ता लागू नये याचा. त्या चांदणी सारखीच आहे ती ... तिचे सौंदर्य डोळ्यात काजळासारखं भरावे किंवा नाकातल्या नथे सारखे सजवावे. परी आहे ती. स्वप्नांत तर येतेच. पण स्वप्नांत सुद्धा स्वप्न दाखवते. स्वप्नाळू सुद्धा आहे हा ती. आवडते खूप मला... खूप प्रेम , ती आहेच सुंदर... मोठी असली तरी कधी कधी लहान गोंडस मुली सारखी भासते... इतकी गोड... बोलके डोळे... डोळ्यात तर अगदी बुडून जायला होते. रुसून बसते कधी ... ऐकत नाही ... त्यातही लाड करून घेते स्वतःचे.... भांडण तर नाही होतं , पण कधी कधी एकदम शांत होऊन जाते ... तेव्हा भीती वाटते .... आपलीच काही चूक झाली का , असे वाटतं राहते ... पण येते काहीवेळाने जवळ.... अशी आहे ती... पण बडबड खूप करते... मला तर बोलायला देतच नाही. माझा एक शब्द तर तिचे चार शब्द.. कधी कधी ६-७-८ शब्द ... हा ... हा ... हा ... !! तरी तिची smile .... कमाल !! त्या smile मुळेच तिच्या प्रेमात पडलो. मलाही आधी माणसं आवडायची नाहीत. तिच्यामुळे विचार बदलले माझे. एकदा तिने साडी नेसली होती. तेव्हाच माझ्या मनात भरली होती ती. तेव्हा पासूनच प्रेम तिच्यावर... तिला आवडायचो मी. माझ्या मनातलं सांगायला वेळ लावला मी. पण जेव्हा सांगितले होते तेव्हा डोळ्यात पाणी आलेलं.... तिच्याही आणि माझ्याही. खूप भावुक आहे ती... किती साऱ्या भावना आहेत तिच्याकडे .... मधेच एखादा जोक करते .. मधेच डोळ्यात पाणी... माझ्याकडे आहेत ना या सर्व feelings ...

त्या सर्व तिच्यामुळेच ... ४ वर्ष झाली तिला आता बघून... कशी असेल , काय करत असेल... काय माहित... शेवटचे बघितले तेव्हाही तिने स्वतःचे रडणे सावरले होते. निघून गेली तेव्हा मन घट्ट केले होते. इतकी strong आहे ती.... अशी आहे माझी सुप्री ... माझा पाऊस .. !! "

" जाऊन भेट तिला .. माझ्यासारखा नको राहूस... इतकं प्रेम ... नको सोडू तिला... " सलीम म्हणाला.

" हो ... जाणारच आहे... उद्या राजमाची ची भेट झाली कि थेट तिला भेटायला जाणारा... तुझ्यामुळे जाणीव झाली मला... आधीच जायला पाहिजे होते मी... ते देखील येशील का शहरात... सोबत... " आकाशच्या स्वप्नावर सलीम काही बोलला नाही. खूप वेळाने सलीम बोलला.

" नाही... मी इथेच बरा आहे. आणि शहरात जाऊन काय करू सांग. कोण ओळखीचे नाही.... जे आधी ओळखत होते तेही आता ओळखणार नाहीत मला.... इतकी वर्ष झाली. आणि खरं सांगू .... हेच माझं घर आता... ते तिथे जाऊन .... नकोच ते... शिवाय तू आता एक नवीन स्वप्न दाखवलं आहेस मला ...या निसर्गात इतकी वर्ष फिरत असून सुद्दा मला त्याचे सौंदर्य बघता आले नाही, तू ते दाखवलंस... तेच आता नव्याने शोधीन... शहर नकोच ... " आकाश जाणून होता ते. त्याने जबरदस्ती केली नाही. त्यालाही आता कधी हा प्रवास पूर्ण करतो आहे असे झाले होते. संध्याकाळ झाली आणि पावसाची चाहूल लागली. आकाशने पटापट तंबू उभे केले... पावसाची चाहूल लागली असली तरी पावसाची चिन्ह दिसत नव्हती. आकाश त्याच विचारात. सलीम सुद्धा आभाळाकडे बघत होता.

" काय झालं ... " त्याने आकाशला विचारलं.
" पाऊस नुसता धरून राहिला आहे.. ",
" कदाचित उद्या तुला राजमाची वर भेटणार असेल तो ... " सलीमच्या बोलण्यावर हसू आलं आकाशला.

==

संध्याकाळ होतं आलेली. पावसाने काळोख केलेला. या तिघी राजमाचीच्या पायथ्याशी आल्या. सुप्रीला तर आकाशची ओढ लागली होती. पूजा बोलल्याप्रमाणे

आता तो पायथ्याशी असायला हवा होता. पण तो नव्हताच. पूजालाही नवल वाटलं.
" पूजा .... आकाश कुठे..... " सुप्रीने विचारलं. पूजा काय बोलणार.
" थांब... माझ्या आठवणीत तरी आणखी एक जागा आहे.... तिथे थांबायचो आम्ही..... चल... " पूजाच्या मागोमाग सुप्री पटपट चालू लागली. तिथेही आकाश नव्हता.
" कस काय .... आकाश गेला कुठे नक्की... " कादंबरीने पूजाला विचारलं.
" डब्बूच्या मागे तर आहोत आपण ... आणि तो इथे येण्यासाठी निघाला आहे हेही तितकेच खरे... " पूजा म्हणाली. सुप्रीला आता रडू येतं होते.
" थांब .. सुप्री ... रडू नकोस... कदाचित तो वेगळ्या वाटेने गेला असेल.. आपण किती शक्यता मांडल्या आधीही... हेही खरं असू शकते ना ... " पूजाने सुप्रीला धीर दिला.
" पण तो येईल ना उद्या .. " ,
" येणारच तो .... तो नाही चुकवत हा दिवस... आपणच त्याची वाट बघूया उद्या... आधी आपणच गडावर जाऊ... तू नको काळजी करुस ... " पूजा सुप्री शेजारीच उभी होती. सुप्रीचं लक्ष भरलेल्या आभाळाकडे गेलं.
" आज तर नुसता भरून राहिला आहे हा पाऊस ... कुठे आहे रे तुझा मित्र .... तुला तरी माहित असेल ना .... " तिच्या मनात कालवाकालव सुरु होती. आजची रात्रही संपता संपत नव्हती.

==

पहाटे पहाटेच , आकाशने सलीमला जागे केले.
" काय झालं.... इतक्या लवकर जागं केलंस... " सलीम डोळे चोळत जागा झाला.
" अरे ... पाऊस येणार आहे ... जोराचा... तो येण्याआधीच जाऊ ना आपण .... म्हणून ... " सलीम पूर्ण जागा झालेला , वारा तर जोराचा होता ... सू .... सू.... करत जोराने वाहत होता.
" चालेल ना ... निघूया आताच.. " ,
" पावसात चालू शकतोस ना ... " आकाशने सलीमला विचारलं...
" अरे ... हा काय प्रश्न झाला का ... चल रे ... पावसाला नाही घाबरत मी... " सलीम म्हणाला. दोघांनी पटापट सामान आवरले. निघावे म्हणत होते तर पावसाला जोराची सुरुवात झाली. सोबत जोरदार वारा.... कसे निघायाचे... आकाशनेच मग

" जरा पाऊस कमी होऊ दे .. मग जाऊया... " असं ठरवलं. निघणे थोडे लांबणीवर पडले.

वारा - पावसाने आणखी एक तास घेतला. वाऱ्याचा वेग थोडा कमी झाल्यावर हे दोघे निघाले. निघताना आकाशने घड्याळात पाहिलं. पहाटेचे ६:३० वाजले होते. एक तास वाया गेला. नाहीतर आता पोहोचलो असतो. सूर्योदय झालेला तरी पावसाचे इतके गडद ढग आलेली कि सूर्याचे अस्तित्व नसल्यासारखे होते. शिवाय ज्या बाजूने ते चढत होते ती बाजूही आकाशला नवीन होती. वेगळ्या वाटेने आलेले हे. एक बरं कि पावसाचा मारा कमी झालेला. सलीम - आकाश चिंब भिजलेले. थोड्याच वेळात ते गडाच्या दुसऱ्या बाजूने वर पोहोचले. आकाशने खाली जमिनीचे चुंबन घेतले. सलीम तर राजमाची काय आहे , ते बघतच राहिला. असा हा पसरलेला डोंगर , त्यावर गड... तिथून दिसणारा आसपासचा हिरवा निसर्ग... काय वर्णावा.. हा माणूस .... आकाश ... इथे दरवर्षी न चुकता का येतो , ते सलीमला कळलं आता. आसपासच्या डोंगरावरून येणारे काळे ढग... हत्ती प्रमाणेच भासत होते. एकच गर्दी केली त्या ढगांनी. काही पक्षी ... जे पावसाच्या मेघांसोबत प्रवास करतात तेही मध्ये मध्ये " आम्हीही आहोत " म्हणत उडताना दिसत होते. समोरच्या दऱ्यामधून काही झरे ... आधीच ओसंडून वाहत होते. त्यांच्याही सफेद रंगाच्या रांगा लागल्या होत्या डोंगरांवर.... सलीमला कुठे बघू आणि काय काय बघू असं झालेलं. स्वप्नवत होते सर्व. अश्यातच पावसाने त्याचा वेग पुन्हा वाढवला.

" आकाश ... खूप खूप thank you .... मला इथे घेऊन आलास ... " सलीम आकाशला सांगत होता काही. आकाशचं लक्ष त्याच्याकडे नव्हते. त्याला दिसलेलं कोणीतरी.

" थांब सलीम .... तिथे आहे कोणीतरी... मी आलोच बघून... तू थांब इथेच.... " आकाश भरभर निघाला. त्याने दुरूनच जो अंदाज लावला होता तो खरा ठरला.... पूजा आणि तुझ्या सोबत कादंबरी ...

"निरू !! " पूजाला आकाशने मिठी मारली. " तू काय करते इथे... आणि कादंबरी ... तुही आलीस ...ग्रेट !! वाटलं नव्हतं तुम्ही इथे भेटाल ते.. ४ वर्षांनी भेटतो आहोत आपण ..... कशी आहेस निरू... " , पूजालाही आनंद झाला आकाशला पाहून.

" डब्बू .... वाळलास रे.... कसा दिसतोस बघ... माझं सोड ... माझ्यापेक्षा आणखी एक व्यक्ती तुझी खूप आतुरतेने वाट बघत आहे...गेली ४ वर्ष... " पूजाच्या

बोलण्याचा अर्थ आकाशला कळला.

पूजाने त्याला समोर बघायला सांगितलं. पुढे कड्याजवळ कोणीतरी उभे होते. पाऊस प्रचंड वेगाने कोसळायला लागला होता. आकाशने ओळखलं तिला ... " सुप्री !! " मोठ्याने आवाज दिला आकाशने. त्या सोसाटाच्या वाऱ्यात , विजांच्या कडकडाटात कुठे जाणार आवाज....... म्हणतात ना ... मन जुळली असली कि काही वेळा बोलायची गरज पडत नाही.... का कुणास जाणे , सुप्रीने मागे वळून पाहिलं. त्याला पाहिलं आणि दोघे एकमेकांकडे चालत जवळ आले. दोघे काही न बोलता बराच वेळ एकमेकांना बघतच होते. पावसाच्या पाण्यात सुद्धा आकाशला सुप्रीचे भरलेले डोळे दिसून आले. आणि मिठी मारली तिला. दोघे एकमेकांना बिलगले. पावसानेही मेहरबानी केली. यांच्या प्रत्येक भेटीला हाही असतोच सोबत. किती ती घट्ट मैत्री आकाश आणि पावसाची.

पूजा - कादंबरी या दोघांजवळ आल्या. " आम्हीही आहोत इथे... " कादंबरी बोलली. पावसाने आवरतं घेतलं. गप्पा - गोष्टी सुरु झाल्या यांच्या. सलीम त्यांना दूरुनच बघत होता. आकाशच्या फार वेळाने लक्षात आलं. सलीमला त्याने जवळ बोलावलं.
" हा सलीम .... अर्थात त्याचं नाव वेगळं आहे... पण माझ्यासाठी सलीमच ... हा नित्य भटकंती करत असतो.. याने खूप मदत केली या प्रवासात ... खूप जवळचा मित्र झाला आहे माझा .... " कादंबरीने त्याला ओळखलं.
" तुम्ही जर त्या देवीच्या यात्रेत सांगितलं असत कि आकाश आहे सोबत ... एवढी धावपळ झाली नसती आमची... पण ठीक आहे .... सॉरी वगैरे बोलू नका आता ... " कादंबरीने आधीच सर्व बोलून टाकलं. सलीम बिचारा काय बोलणार .... गप्पच होता आणि हसत होता. बराच वेळ यांच्या गप्पा सुरु होत्या.

निघायची वेळ झाली. पूजा-कादंबरी भावुक झालेल्या. " निरू ... तुझ्यामुळे सुप्री पुन्हा भेटली... कसे आभार मानू... " ,
" वेडा आहेस का डब्बू .... गप्प ... काही काय बोलतोस .... हा पण एक वचन दे मला... यापूढे सुप्रीला कधीच सोडायचे नाही... अंतर नाही देयाचे तिला. दे वचन !! " आकाशने वचन दिलं.

" आणि तुही प्रॉमिस कर ... जेव्हा जेव्हा आजीला भेटायला येशील ना , तेव्हा तेव्हा मला जरूर भेटायला यायचे. आणि ११ जून ... आजचा दिवस... दरवर्षी आपण इथे भेटायचेच... " पूजाने प्रॉमिस केले आणि पुन्हा मिठी मारली आकाशला.
" मला विसरली लोकं ... एकतर शेवटी जेव्हा भेटलो होतो तेव्हा सांगितल नाही , तुम्ही ग्रेट फोटोग्राफर आहेत ते .... फोटोग्राफी शिकवायची नाही ते सांगायचे ना आधी .... " आकाशला हसू आलं कादंबरीच्या बोलण्यावर.
" नाही नाही... शिकवीन हा फोटोग्राफी..... जेव्हा जेव्हा वाटेल तेव्हा जरूर ये शहरात ... मी शिकवीन तुला... " कादंबरी आनंदली. राहता राहिला सलीम.

" तू शहरात आला असता तर बरं झालं असत ... पण फोर्स नाही करणार तुला.... " ,
" तुझ्यामुळे नवीन आयुष्य मिळालं आहे मला..... पुन्हा भेट होईल ना आपली... तेव्हा मी तुला घेऊन जाईन , निसर्ग सौंदर्य बघायला ... आणि हो ... पाऊस बघायला सुद्धा... " सलीमने हात मिळवला आकाश सोबत. सर्व आपापल्या वाटेने निघाले. तरी आकाशने धावत जाऊन सलीमला अडवलं.

" काय झालं ... " सलीमने विचारलं.
" एक राहिलेलं ... " म्हणत आकाशने सलीमला मिठी मारली. सलीमलाही भरून आलं.
" तू नेहमीच लक्षात राहशील मित्रा.. " सलीम इतके बोलून निघून गेला. पूजा - कादंबरी ही नजरेआड झाल्या. आकाशने सुप्रीकडे पाहिलं. तिचा हात हातात घेतला आणि शहराकडे निघाले.
शहरात आल्या आल्याचं पुढच्या ४ दिवसातच... अर्थात पावसाच्या साक्षीने या दोघांचा साखरपुडा पार पडला. लग्नही पुढल्या महिन्यात ठरवून टाकलं. आता आकाश सुप्रीचाच होता. त्यात आणखी आनंदाची गोष्ट म्हणजे ज्या मॅगजीन साठी आकाश फोटोग्राफी करायचा , " wild india " त्यांचेही यंदाचे हे पंचविसावे वर्ष होते. ग्रेट !! आकाशने खास विनवणी करून त्याने त्यावर्षीच्या मॅगझीनचे मुखपृष्ठ निवडण्याची परवानगी मागितली. मॅगजीन इंग्लिश होते तरी आकाशच्या डोकयात काही वेगळंच होते. सुप्रीलाही काय नक्की special होते ते माहित नव्हते. आकाशनेही सांगितलं नव्हते. आणि तो दिवस आला, मॅगजीन छापून तयार झाले आणि बुक शॉपमध्ये विकायला आले. आकाशला तर असेच मिळाले असते ते मॅगजीन तरी आकाशने ते घेतले नाही.

सुप्रीला घेऊन तो एका बुक शॉपमध्ये गेला. तिथूनच त्याने मॅगजीन विकत घेतले. सुप्रीला किती उत्सुकता ... मुखपृष्ठ बघायची. तिनेच आधी पाहिलं. सलीमचा फोटो होता तो. एक कच्चा रस्ता.... त्या पलीकडे अशी उभी हिरवी शेतं ... दूरवर पसरलेली... नुसता हिरवा रंग... या दोघांमध्ये एक पिंपळाचे मोठ्ठे झाड...आणि त्या झाडाखाली सिगारेट पेटवत उभा असलेला सलीम .... काय सुंदर फोटो होता तो... अप्रतिम !! .... त्याही पेक्षा जास्त छान होते ते, त्याखाली आकाशने लिहिलेलं ... तेही मराठीत ......यासाठीच आकाशने खास परवानगी मागितली होती. काय लिहिलं होतं फोटोखाली....
" काही माणसं खरंच जगतात .... " ...

सुप्री ते वाचून भारावून गेली. " माझी आणि त्याची पहिली भेट झाली होती , तेव्हाचा फोटो आहे हा ... तुला नाही कळणार , काय माणूस आहे तो ... खरं प्रेम केलं ते त्यानेच .... आणि त्याचे ते तसं जगणं ... त्याला मनापासून सलाम माझा ....त्यासाठी काही करायचे होते.. यापेक्षा जास्त काय चांगले करू शकतो मी... " सुप्रीने आकाशला मिठी मारली. दोघे चालत चालत समुद्र किनाऱ्याकडे चालत निघाले... हातात हात घालूनच. नवीन प्रवास सुरु झालेला आकाशचा. एक नवीन वळण आलेलं त्याच्या आयुष्यात. लग्नाच्या आधीच त्यांनी कुठे कुठे फिरायचे ... कोणते गड - किल्ले पादांक्रात करायचे हे ठरवले होते. नवीन स्वप्न आणि नवीन वाटा घेऊन आकाश आता पुन्हा एका नव्या भटकंती साठी तयार होत होता. खरंच !!! एक नव्या वाटेवरची भटकंती आता सुरु होणार होती. भटकंती .... नव्या वळणावरची. !!!

============= समाप्त =================